# SÁCH DẠY NẤU ĂN KHỬ NƯỚC

CÁCH KHỬ NƯỚC TRONG THỊT, TRÁI CÂY VÀ HƠN THẾ NỮA

Lam Phi

## Đã đăng ký Bản quyền.

### từ chối trách nhiệm

Thông tin trong Sách điện tử này nhằm mục đích phục vụ như một bộ sưu tập toàn diện các chiến lược mà tác giả của Sách điện tử này đã thực hiện nghiên cứu. Tóm tắt, chiến lược, mẹo và thủ thuật chỉ được tác giả đề xuất và việc đọc Sách điện tử này sẽ không đảm bảo rằng kết quả của một người sẽ phản ánh chính xác kết quả của tác giả. Tác giả của Sách điện tử đã thực hiện tất cả các nỗ lực hợp lý để cung cấp thông tin hiện tại và chính xác cho người đọc Sách điện tử. Tác giả và các cộng sự của nó sẽ không chịu trách nhiệm pháp lý cho bất kỳ lỗi hoặc thiếu sót không chủ ý nào có thể được tìm thấy. Tài liệu trong Sách điện tử có thể bao gồm thông tin từ bên thứ ba. Tài liệu của bên thứ ba bao gồm các ý kiến được thể hiện bởi chủ sở hữu của họ. Do đó, tác giả của Sách điện tử không chịu trách nhiệm hoặc trách nhiệm pháp lý đối với bất kỳ tài liệu hoặc ý kiến của bên thứ ba nào.

Sách điện tử có bản quyền © 2024 với mọi quyền được bảo lưu. Việc phân phối lại, sao chép hoặc tạo toàn bộ hoặc một phần tác phẩm phái sinh từ Sách điện tử này là bất hợp pháp. Không có phần nào của báo cáo này có thể được sao chép hoặc truyền lại dưới bất kỳ hình thức nào mà không có sự cho phép bằng văn bản và có chữ ký của tác giả.

# Mục lục

**Mục lục**.................................................................3

**Giới thiệu**.........................................................số 8

**Syrups & Thạch**..........................................10
  1. Xi-rô húng quế việt quất....................................11
  2. Pectin với Citrus Pith.........................................14
  3. Thạch bưởi hồng................................................16

**Nước sốt & nước xay**..................................18
  4. Mật ong ngâm gừng và chanh........................19
  5. Sốt BBQ đào mật ong........................................22
  6. Bơ lê tẩm gia vị cho nồi nấu chậm.................25
  7. Bơ đậu phộng rang tự chế...............................27
  8. Sốt salad dưa chuột kem.................................29

**Bột rau củ**.......................................................31
  9. Bột cà chua..........................................................32
  10. Bột khoai lang...................................................34
  11. Muối cần tây......................................................36
  12. Hỗn hợp bột xanh............................................38

**Trái cây khử nước**........................................40
  13. Dừa bào sợi.......................................................41
  14. Bột dừa..............................................................43
  15. Dâu chuối cuộn................................................45
  16. Da quế táo........................................................47
  17. Da bánh bí ngô................................................49
  18. Pizza da cà chua trộn.....................................51

19. Da rau củ trộn..................................................................53
20. Bọc cà chua....................................................................56

# HỖN HỢP GIA VỊ..................................................................58

21. Hỗn hợp gia vị Cajun......................................................59
22. Hỗn hợp gia vị bít tết.....................................................61
23. Hỗn hợp gia vị Pizza......................................................63
24. Hỗn hợp gia vị Creole....................................................65
25. Gia vị thảo dược............................................................67
26. Hỗn hợp thảo mộc Ethiopia (berbere)...........................69
27. Hỗn hợp sốt salad thảo mộc..........................................72
28. Giấm thảo mộc hỗn hợp................................................74
29. Pesto thảo mộc hỗn hợp................................................76
30. Nước xốt mù tạt thảo mộc.............................................78
31. Sốt tráng miệng thảo dược............................................80
32. Sốt thảo mộc cam quýt..................................................82
33. Nước sốt thảo mộc........................................................84
34. Hỗn hợp Herbes de Provence.......................................86
35. Thảo mộc và dầu ướp...................................................88
36. Giấm thảo mộc đơn giản...............................................90
37. Rau me chua.................................................................92
38. Sốt thảo mộc dưa chuột................................................95
39. Chà hồ đào thảo mộc....................................................97
40. Nước sốt thảo mộc Zesty..............................................99
41. Tỏi-chanh-thảo mộc.....................................................101
42. Nước chấm thảo mộc Dolce latte................................103
43. Hỗn hợp thảo mộc Pháp.............................................106
44. Bơ thảo mộc và gia vị.................................................108
45. Sốt rau thảo mộc........................................................110
46. Thịt xông khói, cà chua và thảo mộc nhúng...............112
47. Cỏ lan tỏi....................................................................114
48. Chevre với lan thảo mộc............................................116

BÒ118.........................................................................................
   49. Thịt bò khô cổ điển của tôi.................................119
   50. Bò bít tết............................................................122

## SÚP.........................................................................125
   51. Súp lơ.................................................................126
   52. Súp măng tây....................................................129
   53. Canh Rau Củ Giữ Nhiệt.....................................132

## CHIP KHỬ NƯỚC................................................135
   54. Khoai lang chiên................................................136
   55. Khoai tây chiên cải xoăn..................................138
   56. Khoai tây chiên bí ngòi.....................................140
   57. Dưa chua tủ lạnh khử nước.............................143
   58. Khoai tây chiên prosciutto................................146
   59. Khoai tây chiên.................................................148
   60. Khoai tây chiên.................................................150
   61. Khoai tây chiên giòn Mexi-Cheddar................153
   62. Khoai tây chiên.................................................155
   63. Khoai tây chiên thiên thần...............................157
   64. Da gà chiên sa tế..............................................159
   65. Da gà bơ............................................................162
   66. Khoai tây chiên giòn phô mai Parmesan.......164
   67. Bánh bí đỏ dừa giòn..........................................166
   68. Da gà chiên giòn alfredo..................................168

## RAU.........................................................................170
   69. Bánh khoai lang bột dừa..................................171
   70. Cuộn bắp cải nhồi nồi nấu chậm....................174
   71. Bí đao xào táo..................................................177
   72. Tỏ bí mùa đông mất nước...............................180
   73. Tỏ bí tẩm gia vị tỏi Creole................................182

74. Đậu và gạo Fajita..................................................................................185
75. Pizza đế súp lơ....................................................................................188
76. Hash Brown trộn trong lọ...................................................................191
77. Cơm gạo lức nhanh.............................................................................194
78. Đậu nấu nhanh...................................................................................196
79. Đậu nướng trên bếp của bà B............................................................198
80. Nướng Fiesta Mexico........................................................................200

## Đồ uống..............................................................................................203
81. Trà hoa hồng bạc hà..........................................................................204
82. Trà cam bạc hà..................................................................................206
83. Trà chanh Verbena Sun....................................................................208
84. Nước chanh với cam quýt khử nước.................................................210

## Món tráng miệng................................................................................212
85. Apple Crisp với Topping yến mạch..................................................213
86. Bánh Dứa Ít Béo...............................................................................216
87. Kẹo Gừng219
88. Bánh quy bột yến mạch222............................................................................

## Cuộn..................................................................................................225
89. Sốt trang trại tỏi................................................................................226
90. Sốt hành tím ngò..............................................................................228
91. Sốt kem trang trại Dilly...................................................................230
92. Nước sốt chả cha..............................................................................232
93. Giấm kiểu Cajun..............................................................................234
94. Giấm mù tạt.....................................................................................236
95. Giấm gừng tiêu................................................................................238
96. Giấm cam quýt................................................................................240
97. Hạt tiêu trắng và đinh hương chà xát..............................................242
98. Chà bông ớt.....................................................................................244
99. Hỗn hợp gia vị Bourbon..................................................................246
100. Giấm thảo mộc đơn giản248............................................................................

**PHẦN KẾT LUẬN**..................................................................250

# GIỚI THIỆU

Trong thời Trung cổ, người dân ở châu Âu đã xây dựng các phòng như một phần mở rộng của nhà máy chưng cất được thiết kế đặc biệt để khử nước thực phẩm bằng sức nóng của ngọn lửa trong nhà. Thức ăn được giăng khắp phòng, hun khói và sấy khô. Việc thiếu ánh sáng mặt trời và những ngày khô hạn khiến thực phẩm không thể phơi khô bên ngoài, và những ngôi nhà đặc biệt này đã giải quyết vấn đề cho những người sống ở vùng khí hậu ẩm ướt, mát mẻ.

Vào giữa những năm 1800, một quy trình đã được phát triển để có thể sấy khô rau ở nhiệt độ 105°F và nén thành bánh. Những loại rau khô này là nguồn dinh dưỡng đáng hoan nghênh cho những thủy thủ phải chịu đựng những chuyến đi dài ngày mà không có thức ăn tươi. Trong Chiến tranh thế giới thứ hai, những người lính sử dụng thực phẩm đã khử nước làm khẩu phần ăn nhẹ khi phục vụ trên chiến trường. Ngày nay, chúng ta biết những thứ này là "các bữa ăn sẵn sàng để ăn" (MRE). Sau chiến tranh, các bà nội trợ không vội thêm loại thực phẩm nhỏ gọn nhưng thường không vị này vào thói quen nấu nướng hàng ngày của họ, và thực phẩm khử nước không còn được ưa chuộng.

Là một người chuẩn bị đồng thời cũng là một người làm vườn, tôi muốn chuẩn bị cho tủ đựng thức ăn của mình ngoài đậu, gạo, lúa mì và bột trứng. Việc khử nước tiền thưởng cho khu vườn của tôi sẽ lấp đầy khoảng trống do thực phẩm không thể đóng hộp và tủ đông dễ bị mất điện để lại. Nguồn nước sạch và lửa là những thứ duy nhất cản trở gia đình tôi và bữa ăn nóng hổi được chế biến từ những nguyên liệu đã khử nước.

Cuốn sách này không chỉ dành cho những người làm vườn có kinh nghiệm, những người chuẩn bị chu đáo và những chuyên gia bảo quản. Nó dành cho những ai yêu thích thực phẩm tươi sống và muốn tham khảo cách bảo quản. Để phù hợp với lối sống năng động ngày nay, quá trình khử nước cần phải dễ dàng phù hợp với thói quen hàng ngày của bạn, mất ít thời gian nhất có thể và yêu cầu thời gian chuẩn bị tối thiểu. Bằng cách kết hợp mua số lượng lớn với các đợt bảo quản theo lô, cũng như máy khử nước hiệu quả, bạn có thể sấy khô thực phẩm để sử dụng hàng ngày.

# SYRUPS & THẠCH

1. Xi-rô húng quế việt quất

Năng suất: 3 cốc

Thời gian chuẩn bị: 10 phút

Thời gian nấu: 10 phút

## THÀNH PHẦN

2 cốc quả việt quất khô

2 chén đường

$\frac{1}{4}$ chén lá húng quế khô

$\frac{1}{8}$ muỗng cà phê axit ascorbic

## HƯỚNG

1. Để làm nước ép việt quất, hãy nấu quả việt quất đã khử nước trong 2 $\frac{1}{2}$ cốc nước trong chảo không phản ứng. Đun sôi và đun nhỏ lửa trong 10 phút, khuấy và nghiền trái cây khi nấu. Lọc qua một cái chao để loại bỏ các loại quả mọng. Đặt quả mọng sang một bên.

2. Cho nước ép việt quất, đường và lá húng quế vào nồi và đun sôi hoàn toàn. Giảm nhiệt và đun nhỏ lửa trong 5 phút. Hớt hết bọt.

3. Lấy chảo ra khỏi bếp và lọc lá húng quế.

4. Tùy chọn, nếu bạn thích miếng việt quất trong xi-rô của mình, hãy đổ lại xi-rô đã lọc vào nồi và thêm lại quả mọng. Đun nhỏ lửa trong 2 phút.

5. Lấy chảo ra khỏi bếp và thêm axit ascorbic. Khuấy để kết hợp.

6. Đổ siro đã pha vào lọ đã khử trùng, đậy kín và dán nhãn. Xi-rô này có thể được sử dụng ngay lập tức hoặc được bảo quản trong chai có nắp đậy trong tối đa một năm có bổ sung axit ascorbic hoặc 6 tháng nếu không có axit ascorbic. Giảm hàm lượng đường sẽ làm giảm thời hạn sử dụng. Bạn có thể bảo quản bất kỳ chai đã mở nào trong tủ lạnh trong tối đa 2 tuần.

## 2. Pectin với Citrus Pith

Năng suất: 2 cốc

Thời gian chuẩn bị: 5 phút

Thời gian nấu: 20 phút, cộng với thời gian nghỉ ngơi

## THÀNH PHẦN

½ pound vỏ cam quýt và hạt

¼ cốc nước cam quýt, chẳng hạn như chanh

## HƯỚNG

1. Dùng dụng cụ gọt vỏ rau củ để loại bỏ vỏ trái cây. Tiết kiệm da cho mất nước.

2. Dùng dụng cụ gọt vỏ rau củ để loại bỏ phần cùi. Cắt nhỏ phần cùi và để sang một bên cùng với hạt.

3. Cho cùi, hạt và nước cam quýt vào một cái nồi trung bình, không phản ứng. Để nồi đứng trong một giờ.

4. Thêm 2 cốc nước và để yên trong một giờ nữa.

5. Đun sôi các nguyên liệu trong nồi ở nhiệt độ cao. Giảm nhiệt và đun nhỏ lửa trong 15 phút. Làm mát đến nhiệt độ phòng.

6. Cho hỗn hợp vào túi thạch và để ráo nước. Nhấn để loại bỏ nước trái cây.

7. Bảo quản thêm pectin trong tủ đông.

## 3. Thạch bưởi hồng

Năng suất: 2 cốc

Thời gian chuẩn bị: 15 phút

Thời gian nấu: 30 phút

## THÀNH PHẦN

4 nắm vỏ bưởi hồng đã khử nước hoặc viên tròn

2 cốc nước mát

$1\frac{1}{2}$ chén đường

## HƯỚNG

1. Đặt vỏ bưởi hoặc viên tròn vào một cái bát lớn và đậy bằng nước mát cho đến khi căng mọng, khoảng 15 phút. Xả và dự trữ chất lỏng bưởi.

2. Cắt nhỏ bưởi đã ngâm nước.

3. Đong ½ pound bưởi đã cắt nhỏ và cho vào nồi không phản ứng cùng với nước và đường dành riêng. Thêm đủ nước để che miếng bưởi, nếu cần. Đun cho đến khi chín kỹ, 30 phút.

4. Xả qua túi thạch. Để hơi nguội và ép hết chất lỏng.

# NƯỚC SỐT & NƯỚC XAY

## 4. Mật ong ngâm gừng và chanh

Năng suất: 1 cốc

Thời gian chuẩn bị: 5 phút, cộng với thời gian chờ 2 tuần

## THÀNH PHẦN

1 muỗng canh gừng khô

1 muỗng cà phê vỏ cam quýt khô

1 chén mật ong thô, chưa lọc, chưa tiệt trùng, hơi ấm

## HƯỚNG

1. Cho gừng khô và cam quýt vào máy xay cà phê và băm nhỏ để tạo mùi thơm.

2. Cho gừng và cam quýt vào túi trà hoặc miếng vải vuông và buộc bằng dây để túi/khăn vải vẫn đóng kín. (Hầu như không thể lấy các loại thảo mộc khô ra khỏi mật ong.)

3. Trong một cái lọ nhỏ, đổ ba phần tư lượng mật ong hơi ấm lên trên túi thảo mộc. Dùng đũa hoặc xiên để khuấy mật ong, loại bỏ bọt khí và đảm bảo túi thảo mộc được làm ấm hoàn toàn.

4. Đổ phần mật ong còn lại vào lọ. Vặn chặt nắp. Đặt bình tránh ánh nắng trực tiếp, ở khu vực mà bạn có thể theo dõi quá trình.

5. Để ngấm gia vị trong 2 tuần. Nếu bạn gặp vấn đề với túi gia vị nổi lên bề mặt, hãy lật ngược lọ. Điều này sẽ giữ cho hương vị ngập trong nước và trộn đều mật ong một cách nhẹ nhàng.

6. Sau 2 tuần, lấy túi trà ra và bảo quản mật ong trong tủ đựng thức ăn lên đến một năm.

## 5. Sốt BBQ đào mật ong

Năng suất: 1 cốc

Thời gian chuẩn bị: 30 phút

Thời gian nấu: 20 phút

## THÀNH PHẦN

16 lát đào khô hoặc 1 chén đào tươi thái lát

2 muỗng cà phê dầu ô liu

1 chén hành tây xắt nhỏ

1 muỗng cà phê muối

1 muỗng cà phê bột chipotle

¼ muỗng cà phê thì là

nhúm hạt tiêu

¼ chén mật ong

4 muỗng cà phê giấm táo

## HƯỚNG

1. Cho đào vào tô lớn, đổ ngập nước ấm và ngâm trong 30 phút. Xả và loại bỏ chất lỏng ngâm. Cắt nhỏ những quả đào đã được bù nước. và đặt sang một bên.

2. Tráng đáy chảo vừa bằng dầu ô liu. Trên lửa vừa, thêm hành tây và nấu cho đến khi mềm và bắt đầu chuyển sang màu nâu, trong 5 phút.

3. Thêm muối, chipotle, thì là và hạt tiêu và nấu cho đến khi các loại gia vị có mùi thơm, khoảng 30 giây.

4. Thêm đào đã ngâm nước, mật ong và giấm vào, khuấy đều.

5. Đậy nắp chảo, tăng nhiệt ở mức trung bình cao và nấu cho đến khi đào mềm hoàn toàn và vỡ ra, trong 15 phút.

6. Chuyển sang máy xay sinh tố để xay nhuyễn hoặc sử dụng máy xay sinh tố. Cho thêm giấm táo để nước sốt loãng hơn.

# 6. Nồi nấu chậm Bơ lê tẩm gia vị

Năng suất: 3 cốc

Thời gian chuẩn bị: 1 tiếng

Thời gian nấu: 4 đến 8 giờ

## THÀNH PHẦN

1 pound phần lê khô

¼ chén đường nâu

1 muỗng canh quế

1 muỗng cà phê gừng xay

½ muỗng cà phê hạt nhục đậu khấu

## HƯỚNG

1. Cho lê đã khử nước vào nồi nấu chậm và thêm đủ nước để ngập quả. Đậy nắp lại, nấu ở nhiệt độ thấp trong 1 giờ cho đến khi lê ngậm nước lại.

2. Thêm các nguyên liệu còn lại vào nồi nấu chậm, khuấy đều và đậy nắp.

3. Nấu trong 4 giờ ở nhiệt độ cao hoặc 6 đến 8 giờ ở chế độ thấp.

4. Sử dụng máy xay sinh tố để xay nhuyễn hỗn hợp, hoặc chuyển sang máy xay sinh tố và xay thành nhiều mẻ nhỏ.

5. Bảo quản trong tủ lạnh tối đa 3 tuần.

# 7. Bơ đậu phộng rang tự chế

Năng suất: ½ cốc

Thời gian chuẩn bị: 20 phút

Thời gian nấu: 5 phút

## THÀNH PHẦN

2 chén đậu phộng mất nước

Mật ong, nếm

## HƯỚNG

1. Làm nóng lò ở 300°F.

2. Trải đậu phộng dày không quá ½ inch trên khay nướng. Nướng trong 20 phút. Khi rang đúng cách sẽ có màu hơi ngả nâu và có mùi vị của lạc, bùi bùi, dễ chịu chứ không gắt như đỗ.

3. Trong máy xay thực phẩm, xay đậu phộng đã rang cho đến khi tạo thành bơ, khoảng 5 phút. Cạo các mặt và thêm mật ong để nếm thử, chế biến thêm một phút nữa cho đến khi đạt được độ đặc mà bạn muốn. Có thể thêm dầu thực vật hoặc dầu đậu phộng nếu bạn muốn bơ đậu phộng loãng hơn.

# 8. Nước sốt salad dưa chuột kem

Năng suất: 2 cốc

Thời gian chuẩn bị: 15 phút

## THÀNH PHẦN

1 chén chip dưa chuột mất nước

$\frac{1}{2}$ chén hành lá khô

$\frac{1}{2}$ muỗng cà phê tỏi khô

$\frac{3}{4}$ chén kem chua nhẹ

1 muỗng canh sốt mayonnaise nhẹ

1 thìa nước cốt chanh

1 muỗng cà phê thì là khô, húng quế hoặc rau mùi tây

## HƯỚNG

1. Cho dưa chuột bào và hành tây vào tô lớn, đổ nước lạnh vào và ngâm trong 15 phút. Xả và loại bỏ chất lỏng ngâm.

2. Xay rau củ đã bù nước và các thành phần còn lại trong máy xay sinh tố hoặc máy xay thực phẩm nhỏ cho đến khi mịn.

3. Thêm một chút sữa nếu băng cần được pha loãng.

# BỘT RAU CỦ

9. bột cà chua

Năng suất: ⅔ cốc

Thời gian chuẩn bị: 5 phút

**THÀNH PHẦN**

1 chén cà chua khử nước, chia

**HƯỚNG**

1. Trong các mẻ ¼ cốc, xay cà chua đã khử nước trong máy xay thực phẩm, máy xay sinh tố hoặc máy xay cà phê cho đến khi cà chua đạt dạng bột.

2. Chuyển sang lưới lọc và dùng thìa di chuyển các miếng xung quanh cho đến khi bột lọt qua lưới.

# 10. Bột khoai lang

Năng suất: 2 chén nghiền, ½ chén bột

Thời gian chuẩn bị: 60 phút

Thời gian nấu: 5 đến 8 giờ

**THÀNH PHẦN**

2 cân khoai lang

**HƯỚNG**

1. Gọt vỏ khoai lang hoặc để nguyên vỏ để tăng thêm giá trị dinh dưỡng. Cắt thành dải mỏng. Luộc từ 10 đến 15 phút cho đến khi khoai lang mềm, sau đó để ráo nước và để dành nước nấu. Ngoài ra, nướng toàn bộ và cắt dải khi nấu chín.

2. Nghiền khoai lang cho thật nhuyễn. Pha loãng với nước, tốt nhất là nấu lỏng, nếu cần.

3. Trải ½ chén hỗn hợp khoai tây nghiền lên mỗi tấm Paraflexx, khay có lót màng bọc thực phẩm hoặc trên các tấm da đựng trái cây. Trải RẤT mỏng.

4. Sấy khô ở nhiệt độ 135°F trong 4 đến 6 giờ. Khi mặt trên khô, lật các tấm khoai lang lại, tháo màng bọc thực phẩm và làm khô mặt dưới thêm 1 đến 2 giờ nếu cần.

5. Ngưng sấy khi các tờ khoai đã giòn, sản phẩm tơi ra.

6. Chế biến thành bột bằng cách cho vỏ khoai lang đã khử nước vào máy xay hoặc máy chế biến thực phẩm và trộn.

## 11. Muối cần tây

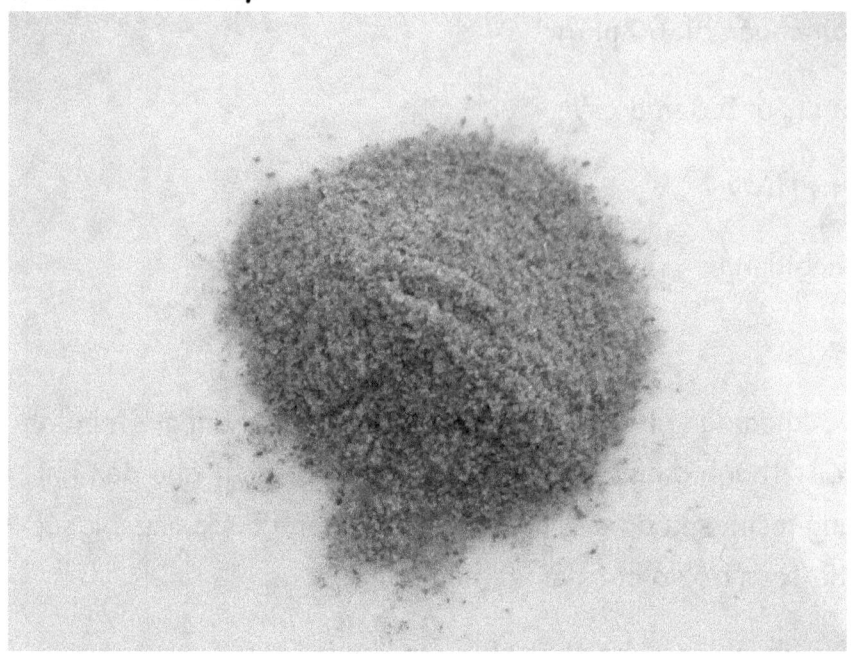

Năng suất: 1 cốc

Thời gian chuẩn bị: 5 phút

## THÀNH PHẦN

½ chén thân và lá cần tây khô

½ chén muối kosher, cộng thêm nếu cần

## HƯỚNG

1. Nghiền cần tây trong máy xay cà phê hoặc máy xay thực phẩm cho đến khi nhuyễn.

2. Thêm muối kosher và chế biến từng đợt ngắn trong một phút, cho đến khi hỗn hợp đạt được độ đặc mà bạn mong muốn. Hãy thử điều chỉnh tỷ lệ muối và cần tây sao cho phù hợp với khẩu vị của bạn.

## 12. Hỗn hợp bột xanh

Năng suất: 2 chén bột

Thời gian chuẩn bị: 5 phút

Thời gian nấu: 4 đến 8 giờ

## THÀNH PHẦN

6 chén lá rau bina tươi

6 chén lá cải xoăn tươi

## HƯỚNG

1. Không cần thiết phải cắt lá rau trước khi khử nước; tuy nhiên, bạn có thể muốn loại bỏ xương sườn, thân và hạt cứng.

2. Làm khô rau ở 100°F và bắt đầu kiểm tra độ khô sau 4 giờ. Tùy thuộc vào kích thước của lá và độ dày của chúng, quá trình này có thể mất tới 8 giờ.

3. Sau khi khô, chà lá giữa hai bàn tay của bạn để bẻ chúng thành những mảnh nhỏ hơn. Nghiền các miếng trong máy xay thực phẩm, máy xay sinh tố hoặc máy xay cà phê cho đến khi rau xanh đạt dạng bột. Lọc bột qua rây. Trộn lại bất kỳ miếng lớn nào cho đến khi tất cả thành bột.

# TRÁI CÂY KHỬ NƯỚC

## 13. dừa nạo

Năng suất: 2 đến 3 cốc

Thời gian chuẩn bị: 20 phút

Thời gian nấu: 6 đến 10 giờ

**THÀNH PHẦN**

1 quả dừa tươi nhỏ, vỏ trấu

**HƯỚNG**

1. Chọc một lỗ trên quả dừa và chắt hết sữa ra.

2. Dùng búa bẻ đôi quả dừa dọc theo đường đánh dấu ở giữa. Loại bỏ lớp vỏ cứng bên ngoài.

3. Loại bỏ lớp màng mềm bên ngoài bằng dụng cụ gọt rau củ hoặc dao sắc.

4. Bào thịt dừa tươi theo nhiều cách.

5. Làm khô các mảnh vụn vừa và nhỏ trên khay khử nước ở nhiệt độ 110°F trong 6 đến 8 giờ. Những miếng dừa dày có thể mất tới 10 giờ để hoàn thành.

## 14. Bột dừa

Năng suất: ½ cốc

Thời gian chuẩn bị: 5 phút

Thời gian nấu: 2 đến 4 giờ

**THÀNH PHẦN**

1 chén dừa nạo (trang 96)

2 cốc nước

**HƯỚNG**

1. Cho dừa nạo vào máy xay sinh tố với 2 cốc nước. Xử lý ở nhiệt độ cao cho đến khi dừa được thái nhỏ.

2. Lọc sữa qua túi thạch; để dành uống.

3. Lấy bột giấy, trải lên tấm Paraflexx khử nước và sấy khô ở nhiệt độ 110°F trong 2 đến 4 giờ.

4. Sau khi sấy khô, chế biến bột giấy đã khử nước thành bột mịn. Bột dừa này sẽ có ít chất béo hơn và cũng cần nhiều nước hoặc trứng hơn khi sử dụng trong các công thức nấu ăn.

Cách khác: Bạn có thể bỏ nước và chế biến dừa vụn thành từng mẻ nhỏ trong máy xay sinh tố cho đến khi nó có dạng bột mịn. Loại bột này có hàm lượng chất béo cao hơn và sẽ không bị khô trong các công thức nấu ăn.

# 15. dâu cuộn chuối

Năng suất: 3 khay lớn, 24 cuộn

Thời gian chuẩn bị: 10 phút

Thời gian nấu: 6 đến 8 giờ

## THÀNH PHẦN

2 pound dâu tây, vỏ

3 quả chuối chín cỡ vừa

mật ong (tùy chọn)

nước hoặc nước ép trái cây, khi cần thiết

## HƯỚNG

1. Cắt dâu tây làm tư, sau đó cho vào máy xay sinh tố.

2. Bẻ chuối thành miếng dài 2 inch, sau đó cho vào máy xay.

3. Thêm mật ong nếu muốn.

4. Làm theo hướng dẫn không nấu đối với da trái cây ở trang 38, xay trái cây cho đến khi mịn. Thêm nước hoặc nước trái cây theo từng lượng 1 muỗng canh nếu cần để làm loãng hỗn hợp.

5. Đậy khay khử nước bằng khay nhựa đựng trái cây hoặc màng bọc thực phẩm. Đổ hỗn hợp với lượng bằng nhau vào khay khử nước. Đậy nắp khay hoặc màng bọc thực phẩm. Sấy khô ở 125°F trong 6 đến 8 giờ.

# 16. Da quế táo

Năng suất: 4 khay lớn, 36 cuộn

Thời gian chuẩn bị: 40 phút

Thời gian nấu: 6 đến 10 giờ

## THÀNH PHẦN

8 quả táo ngọt, gọt vỏ và bỏ lõi

1 ly nước

quế xay, để hương vị

2 thìa nước cốt chanh

đường, để hương vị (tùy chọn)

## HƯỚNG

1. Xắt nhỏ táo. Cho táo và nước vào một cái nồi lớn. Đậy nắp và đun nhỏ lửa ở nhiệt độ trung bình thấp trong 15 phút.

2. Nghiền táo trong nồi, sau đó thêm quế, nước cốt chanh và đường nếu dùng. Đun nhỏ lửa trong 10 phút.

3. Để hỗn hợp nguội, sau đó cho từng mẻ táo nhỏ chạy qua máy xay sinh tố hoặc máy xay thực phẩm cho đến khi tạo thành hỗn hợp nhuyễn nhất quán.

4. Đậy khay khử nước bằng khay nhựa đựng trái cây hoặc màng bọc thực phẩm. Rải hỗn hợp nhuyễn lên khay khử nước để tạo

thành một lớp dày ¼ inch. Đậy nắp khay hoặc màng bọc thực phẩm. Sấy khô ở 125°F trong 6 đến 10 giờ.

## 17. da bánh bí ngô

Năng suất: 3 khay lớn, 24 cuộn

Thời gian chuẩn bị: 5 đến 20 phút nếu sử dụng bí ngô đóng hộp; 40 đến 60 phút đối với bí ngô tươi

Thời gian nấu: 8 đến 10 giờ

## THÀNH PHẦN

1 (29-ounce) hộp bí ngô hoặc 3 cốc bí ngô tươi, nấu chín và xay nhuyễn

¼ chén mật ong

¼ chén nước sốt táo

2 muỗng cà phê bột quế

½ muỗng cà phê hạt nhục đậu khấu

½ muỗng cà phê bột đinh hương

½ muỗng cà phê gừng xay

## HƯỚNG

1. Trộn tất cả nguyên liệu trong một tô lớn cho đến khi nhuyễn.

2. Đậy khay khử nước bằng khay nhựa đựng trái cây hoặc màng bọc thực phẩm. Rải hỗn hợp nhuyễn lên khay khử nước để tạo thành một lớp dày ¼ inch. Đậy nắp khay hoặc màng bọc thực phẩm. Sấy khô ở 130°F trong 8 đến 10 giờ.

## 18. Pizza da cà chua trộn

Năng suất: 2 khay lớn, 16 cuộn

Thời gian chuẩn bị: 40 phút

Thời gian nấu: 8 đến 12 giờ

## THÀNH PHẦN

1 pound cà chua, bỏ lõi và cắt làm tư

½ muỗng canh hỗn hợp gia vị Pizza (tùy chọn)

## HƯỚNG

1. Nấu cà chua trong một cái chảo vừa đậy nắp trên lửa nhỏ trong 15 đến 20 phút. Tắt bếp và để nguội trong vài phút.

2. Nghiền cà chua đã nấu chín trong máy xay sinh tố hoặc máy xay thực phẩm cho đến khi mịn. Thêm gia vị, nếu sử dụng, và trộn.

3. Cho hỗn hợp nhuyễn trở lại nồi và đun cho đến khi nước bốc hơi hết và nước sốt đặc lại.

4. Đậy khay khử nước bằng khay nhựa đựng trái cây hoặc màng bọc thực phẩm. Rải cà chua xay nhuyễn lên khay khử nước để tạo thành một lớp dày ¼ inch. Đậy nắp khay hoặc màng bọc thực phẩm. Sấy khô ở 135°F trong 8 đến 12 giờ.

## 19. Da rau củ hỗn hợp

Năng suất: 1 khay lớn, 8 cuộn

Thời gian chuẩn bị: 40 phút

Thời gian nấu: 4 đến 8 giờ

## THÀNH PHẦN

2 chén cà chua, bỏ lõi và cắt thành khối

1 củ hành tây nhỏ, xắt nhỏ

¼ chén cần tây xắt nhỏ

1 nhánh húng quế

muối, để hương vị

## HƯỚNG

1. Nấu tất cả nguyên liệu trong nồi vừa có nắp đậy trên lửa nhỏ trong 15 đến 20 phút. Tắt bếp và để nguội trong vài phút.

2. Cho vào máy xay sinh tố và xay nhuyễn.

3. Cho hỗn hợp nhuyễn trở lại nồi và đun cho đến khi nước bốc hơi hết và nước sốt đặc lại.

4. Đậy khay khử nước bằng khay nhựa đựng trái cây hoặc màng bọc thực phẩm. Rải hỗn hợp nhuyễn lên khay khử nước để tạo thành một lớp dày ¼ inch. Đậy nắp khay hoặc màng bọc thực phẩm. Sấy khô ở nhiệt độ 135°F, cho đến khi dẻo (để gói),

khoảng 4 giờ hoặc cho đến khi giòn (để dùng trong súp và thịt hầm), từ 6 đến 8 giờ.

## 20. bọc cà chua

Năng suất: 2 khay lớn, 6 bọc

Thời gian chuẩn bị: 5 phút

Thời gian nấu: 4 giờ

**THÀNH PHẦN**

2 pound cà chua, bỏ lõi và xắt nhỏ

gia vị, để hương vị

**HƯỚNG**

1. Xay nhuyễn cà chua tươi trong máy xay sinh tố hoặc máy xay thực phẩm cho đến khi mịn.

2. Thêm gia vị tùy thích.

3. Đậy khay khử nước bằng khay nhựa đựng trái cây hoặc màng bọc thực phẩm. Rải hỗn hợp nhuyễn lên khay khử nước để tạo thành một lớp dày $\frac{1}{4}$ inch. Đậy nắp khay hoặc màng bọc thực phẩm. Sấy khô ở nhiệt độ 125°F cho đến khi mềm dẻo và có thể lấy ra khỏi khay nhưng không giòn, khoảng 4 giờ.

# HỖN HỢP GIA VỊ

## 21. Hỗn hợp gia vị Cajun

Năng suất: 1½ cốc

## THÀNH PHẦN

¼ chén bột tỏi

¼ chén kosher hoặc muối biển

½ chén ớt bột

2 muỗng canh hạt tiêu

2 muỗng canh bột hành

2 muỗng canh oregano khô

1 muỗng canh cỏ xạ hương khô

1 muỗng canh bột cayenne (tùy chọn)

## HƯỚNG

Trộn tất cả nguyên liệu vào bình có đủ chỗ để lắc nguyên liệu.

## 22. Hỗn hợp gia vị bít tết

## THÀNH PHẦN

2 muỗng canh muối thô

1 muỗng canh hạt tiêu

1 muỗng canh rau mùi

1 muỗng canh hạt mù tạt

½ muỗng canh hạt thì là

½ muỗng canh hạt tiêu đỏ

## HƯỚNG

Trộn với nhau và chạy qua máy xay gia vị hoặc máy xay cà phê để lấy bột. Sử dụng ½ muỗng canh cho mỗi 1½ pound thịt.

## 23. Hỗn hợp gia vị Pizza

## THÀNH PHẦN

1½ muỗng cà phê húng quế khô

1½ muỗng cà phê oregano khô

1½ muỗng cà phê hành khô

1½ muỗng cà phê hương thảo khô

½ thìa húng tây khô

½ muỗng cà phê bột tỏi

½ muỗng cà phê muối

½ muỗng cà phê hạt tiêu đỏ

## HƯỚNG

Trộn với nhau và chạy qua máy xay gia vị hoặc máy xay cà phê để lấy bột. Sử dụng ½ muỗng canh cho mỗi pound cà chua.

## 24. Hỗn hợp gia vị Creole

Năng suất: khoảng ½ cốc

## THÀNH PHẦN

1 muỗng canh bột hành

1 muỗng canh bột tỏi

1 muỗng canh húng quế khô

½ thìa húng tây khô

½ muỗng canh tiêu đen

½ muỗng canh tiêu trắng

½ muỗng canh ớt cayenne

2½ muỗng canh ớt bột

1½ muỗng canh muối

## HƯỚNG

Kết hợp bột hành tây, bột tỏi, húng quế khô, cỏ xạ hương khô, hạt tiêu, ớt bột và muối trong một bát nhỏ. Trộn kỹ.

## 25. gia vị thảo dược

Năng suất: 1 phần ăn

## NGUYÊN LIỆU

½ muỗng cà phê ớt xay

1 muỗng canh Bột tỏi

1 thìa cà phê Mỗi loại húng quế khô, Kinh giới khô, cỏ xạ hương khô, Rau mùi tây khô,

Mặn khô, quả chùy, bột hành, tiêu đen mới xay, bột xô thơm.

## HƯỚNG:

Kết hợp các thành phần, Bảo quản trong hộp kín ở nơi tối, khô mát tối đa sáu tháng.

## 26. Hỗn hợp thảo mộc Ethiopia (berbere)

Năng suất: 1 phần ăn

## NGUYÊN LIỆU

2 muỗng cà phê Hạt thì là nguyên hạt

4 cái cả tép

¾ muỗng cà phê hạt thảo quả đen

½ muỗng cà phê tiêu đen nguyên hạt

¼ muỗng cà phê Allspice

1 muỗng cà phê hạt cỏ cà ri

½ muỗng cà phê hạt rau mùi

10 ớt đỏ khô nhỏ

½ thìa cà phê gừng nạo

¼ muỗng cà phê Nghệ

2½ muỗng canh ớt ngọt Hungary

⅛ muỗng cà phê quế

⅛ thìa cà phê Đinh hương xay

## HƯỚNG:

Trong một chảo nhỏ, ở nhiệt độ thấp, nướng bánh mì thì là, đinh hương, bạch đậu khấu, hạt tiêu, hạt tiêu, cỏ cà ri và rau mùi trong khoảng 2 phút, khuấy liên tục

Tắt bếp và để nguội trong 5 phút. Bỏ cuống từ ớt. Trong máy xay gia vị hoặc bằng cối và chày, xay mịn các loại gia vị và ớt đã nướng cùng nhau.

Trộn các thành phần còn lại.

## 27. Hỗn hợp sốt salad thảo mộc

Năng suất: 1 phần ăn

## NGUYÊN LIỆU

¼ chén rau mùi tây

2 muỗng canh Mỗi loại oregano khô, húng quế và kinh giới, vụn

2 muỗng canh Đường

1 muỗng canh hạt thì là, nghiền nát

1 muỗng canh Mù tạt khô

1½ muỗng cà phê Tiêu đen

## HƯỚNG:

Cho tất cả các Thành phần vào lọ 1 pint, đậy kín và lắc đều để trộn. Bảo quản ở nơi mát, tối, khô

Pha 1 cốc để làm nước xốt dầu giấm thảo mộc: Trong một bát nhỏ, đánh đều 1 thìa canh hỗn hợp xốt salad thảo mộc, ¾ cốc nước ấm, 2½ thìa canh giấm ngải giấm hoặc giấm rượu vang trắng, 1 thìa canh dầu ô liu và 1 tép tỏi nghiền nát.

Nếm thử và thêm ¼ đến ½ thìa cà phê Hỗn hợp Nước xốt Salad Thảo mộc nếu bạn muốn có hương vị đậm đà hơn. Để yên ở nhiệt độ phòng ít nhất 30 phút trước khi sử dụng, sau đó đánh lại.

## 28. Giấm thảo mộc hỗn hợp

Năng suất: 1 phần ăn

**Nguyên liệu**

- 1 lít giấm rượu vang đỏ
- 1 miếng dấm táo
- 2 tép tỏi bóc vỏ, cắt đôi
- 1 nhánh ngải giấm
- 1 nhánh cỏ xạ hương
- 2 nhánh oregano tươi
- 1 nhánh húng quế ngọt nhỏ
- 6 hạt tiêu đen

**Hướng:**

Đổ rượu vang đỏ và giấm táo vào bình quart. Thêm tỏi, rau thơm, hạt tiêu và đậy nắp. Để ở nơi mát mẻ, tránh ánh nắng mặt trời, trong ba tuần. Thỉnh thoảng lắc. Đổ vào chai và dừng lại bằng nút chai.

## 29. Pesto thảo mộc hỗn hợp

Năng suất: 1 phần ăn

## NGUYÊN LIỆU

1 chén rau mùi tây lá phẳng tươi đóng gói

½ chén lá húng quế tươi đóng gói;

1 muỗng canh lá húng tây tươi

1 muỗng canh lá hương thảo tươi

1 muỗng canh lá tarragon tươi

½ chén Parmesan mới bào

⅓ chén dầu ô liu

¼ cốc Quả óc chó; nướng vàng

1 muỗng canh giấm Balsamic

## HƯỚNG:

Trong một bộ xử lý thực phẩm, trộn tất cả các Thành phần với muối và hạt tiêu để nếm cho đến khi mịn. (Pesto giữ, phủ bề mặt bằng màng bọc thực phẩm, ướp lạnh, 1 tuần.)

## 30. Nước xốt mù tạt thảo mộc

Năng suất: 1 phần ăn

## NGUYÊN LIỆU

½ chén mù tạt Dijon

2 muỗng canh Mù tạt khô

2 muỗng canh Dầu thực vật

¼ chén rượu trắng khô

2 muỗng canh Tarragon khô

2 thìa húng tây khô

2 muỗng canh cây xô thơm khô, nghiền nát

## HƯỚNG:

Trộn tất cả các Thành phần trong một cái bát. Để yên 1 giờ. Thêm thịt gà hoặc cá và phủ đều. Để yên trong nước xốt. Lau khô với khăn giấy

Sử dụng nước xốt còn lại để ướp cá hoặc gà ngay trước khi lấy ra khỏi vỉ nướng.

# 31. Nước sốt tráng miệng thảo mộc

Năng suất: 1 phần ăn

## NGUYÊN LIỆU

⅓ cốc kem béo

¾ cốc bơ sữa

1 muỗng cà phê Vỏ chanh nạo

¼ thìa cà phê gừng xay

⅛ muỗng cà phê bạch đậu khấu

¼ chén Garam masala, hạt tiêu hoặc

nhục đậu khấu

## HƯỚNG:

Đánh kem trong một chiếc bát cỡ trung bình, được làm lạnh cho đến khi tạo thành các đỉnh mềm.

Trộn các thành phần còn lại với nhau trong một bát nhỏ và nhẹ nhàng trộn vào kem. Nước sốt nên có độ đặc của kem đặc.

## 32. Sốt thảo mộc cam quýt

Năng suất: 1 phần ăn

## NGUYÊN LIỆU

½ quả ớt chuông đỏ cỡ vừa,

2 quả cà chua vừa, cắt nhỏ

½ chén húng quế tươi đóng gói lỏng lẻo

2 tép tỏi, băm nhỏ

½ cốc nước cam tươi

½ chén Mùi tây tươi đóng gói lỏng lẻo

¼ chén giấm mâm xôi

1 muỗng canh Mù tạt khô

2 muỗng cà phê lá húng tây tươi

2 muỗng cà phê Tarragon tươi

2 muỗng cà phê oregano tươi

Tiêu đen xay

## HƯỚNG:

Kết hợp tất cả các Thành phần trong máy xay sinh tố hoặc bộ xử lý thực phẩm và trộn cho đến khi nhuyễn.

## 33. Nước sốt thảo mộc

Năng suất: 6 phần ăn

NGUYÊN LIỆU

1 muỗng canh Sữa

Phô mai 12 ounce

1 thìa nước cốt chanh

1 củ hành tây nhỏ -- Mỏng

3 củ cải -- Giảm một nửa

1 muỗng cà phê rau thơm hỗn hợp

1 nhánh mùi tây

$\frac{1}{4}$ muỗng cà phê muối

HƯỚNG:

Cho sữa, phô mai và nước cốt chanh vào máy xay sinh tố và xay cho đến khi mịn. Thêm các Thành phần còn lại vào hỗn hợp phô mai và trộn cho đến khi tất cả các loại rau được cắt nhỏ.

# 34. Hỗn hợp Herbes de Provence

Năng suất: 1 phần ăn

## NGUYÊN LIỆU

½ chén cỏ xạ hương khô

¼ chén húng quế khô

2 muỗng canh oregano khô

2 muỗng canh hương thảo khô

## HƯỚNG:

Trộn gia vị, với nhau kỹ lưỡng. Lưu trữ trong hộp kín

## 35. Nước xốt thảo mộc và dầu

Năng suất: 1 phần ăn

**NGUYÊN LIỆU**

Nước và vỏ của 1 quả cam

$\frac{1}{4}$ chén nước cốt chanh

$\frac{1}{4}$ chén dầu thực vật

$\frac{1}{2}$ muỗng cà phê Gừng

$\frac{1}{2}$ muỗng cà phê xô thơm

1 tép tỏi, băm nhỏ

Hạt tiêu mới xay

**HƯỚNG:**

Kết hợp các thành phần. Để thịt ướp trong đĩa thủy tinh nông trong 4 giờ trong tủ lạnh. Nêm nước xốt trong khi nướng hoặc nướng thịt.

## 36. Giấm thảo mộc dễ dàng

Năng suất: 1 phần ăn

## NGUYÊN LIỆU

4 nhánh hương thảo tươi

## HƯỚNG:

Để làm giấm thảo mộc, hãy cho các loại thảo mộc đã rửa sạch và sấy khô cùng bất kỳ loại gia vị nào vào chai rượu 750 ml đã khử trùng và thêm khoảng 3 cốc giấm, đổ đầy khoảng ¼ inch trên miệng chai. Dừng lại với một nút chai mới và để yên trong 2 đến 3 tuần. Giấm có thời hạn sử dụng ít nhất 1 năm.

Với giấm rượu vang đỏ, dùng: 4 nhánh ngò tây tươi, 2 thìa hạt tiêu đen

# 37. sốt me chua

Năng suất: 1 phần ăn

## NGUYÊN LIỆU

1 chén me chua

4 muỗng canh Hẹ; băm nhuyễn

4 thìa Hạt thông; đất

3 muỗng canh Mùi tây; băm nhỏ

3 muỗng canh Hẹ; băm nhỏ

Vỏ bào của 4 quả cam

$\frac{1}{4}$ củ hành tây, màu đỏ; băm nhỏ

1 muỗng canh Mù tạt, khô

1 muỗng cà phê muối

1 muỗng cà phê Tiêu đen

1 nhúm Tiêu, cayenne

$\frac{3}{4}$ chén dầu. Ôliu

## HƯỚNG:

Trộn cây me chua, hẹ tây, hạt thông, rau mùi tây, hẹ, vỏ cam và hành tây trong máy xay thực phẩm hoặc máy xay sinh tố.

Thêm mù tạt khô, muối, hạt tiêu và ớt cayenne, trộn lại. Rưới từ từ dầu vào trong khi lưỡi dao đang di chuyển.

Chuyển sang lọ thủy tinh cường lực.

## 38. Sốt thảo mộc dưa chuột

Năng suất: 12 phần ăn

## NGUYÊN LIỆU

½ chén mùi tây

1 muỗng canh thì là tươi, băm nhỏ

1 muỗng cà phê Tarragon tươi, băm nhỏ

2 muỗng canh Nước ép táo cô đặc

1 quả dưa chuột vừa, gọt vỏ, bỏ hạt

1 tép tỏi, băm nhỏ

2 củ hành lá

1½ muỗng cà phê Giấm rượu trắng

½ cốc sữa chua ít béo

¼ muỗng cà phê mù tạt Dijon

## HƯỚNG:

Kết hợp tất cả các Thành phần trừ sữa chua và mù tạt trong máy xay sinh tố. Trộn cho đến khi mịn, khuấy trong sữa chua và mù tạt. Bảo quản trong tủ lạnh

## 39. Herbed pecan chà

Năng suất: 1 phần ăn

## NGUYÊN LIỆU

½ chén hồ đào - bị hỏng

3 tép tỏi -- cắt nhỏ

½ chén oregano tươi

½ chén húng tây tươi

½ muỗng cà phê vỏ chanh

½ muỗng cà phê Tiêu đen

¼ muỗng cà phê muối

¼ chén Dầu ăn

## HƯỚNG:

Trong máy xay sinh tố hoặc máy xay thực phẩm, kết hợp tất cả các Thành phần NGOẠI TRỪ dầu.

Đậy nắp và trộn nhiều lần, cạo các mặt, cho đến khi thành hỗn hợp sệt các hình thức.

Khi máy đang chạy, dần dần thêm dầu cho đến khi hỗn hợp tạo thành hỗn hợp sệt.

Chà lên cá hoặc gà.

## 40. Nước sốt thảo mộc

Năng suất: 1

## NGUYÊN LIỆU

¾ cốc nước nho trắng; hoặc nước ép táo

¼ chén giấm rượu trắng

2 muỗng canh bột trái cây pectin

1 muỗng cà phê mù tạt Dijon

2 tép tỏi; nghiền

1 muỗng cà phê hành khô mảnh

½ muỗng cà phê húng quế khô

½ muỗng cà phê oregano khô

¼ muỗng cà phê tiêu đen; mặt đất thô

## HƯỚNG:

Trong bát nhỏ, kết hợp nước ép nho, giấm và pectin; khuấy cho đến khi hòa tan pectin. Khuấy mù tạt và các Thành phần còn lại; trộn đều. Bảo quản trong tủ lạnh

## 41. Tỏi-chanh-thảo mộc

Năng suất: 1 phần ăn

## NGUYÊN LIỆU

¼ chén tỏi; băm nhỏ

¼ chén vỏ chanh; nạo

½ chén mùi tây; tươi, thái nhỏ

2 thìa Cỏ xạ hương; tươi xắt nhỏ

2 muỗng canh hương thảo

2 muỗng canh Xô thơm; tươi, xắt nhỏ

½ chén dầu Olive

## HƯỚNG:

Trong một bát nhỏ, kết hợp các thành phần và trộn đều. Sử dụng ngày nó được trộn lẫn.

## 42. Nước chấm thảo mộc Dolce latte

Năng suất: 6 phần ăn

**NGUYÊN LIỆU**

450 ml Kem chua

150 gam latte dolce; vỡ vụn

1 muỗng canh nước cốt chanh

4 muỗng xốt Mayonnaise

2 muỗng canh bột cà ri nhẹ

1 quả ớt đỏ; thái hạt lựu

1 50 gram phô mai mềm béo; (2oz.)

1 củ hành tây nhỏ; thái hạt lựu

2 muỗng canh hỗn hợp các loại thảo mộc

2 muỗng cà phê nhuyễn cà chua

Muối và hạt tiêu đen mới xay

Rau crudités và bánh mì pita cắt lát

**HƯỚNG:**

Chia kem chua giữa 3 bát nhỏ. Trong một bát, thêm dolce latte và nước cốt chanh, vào bát thứ hai, thêm 2 muỗng canh sốt mayonnaise, bột cà ri và ớt đỏ. Vào bát thứ ba, thêm phô mai mềm béo, hành tây, rau thơm và cà chua xay nhuyễn.

Cho gia vị vừa ăn vào từng bát và trộn đều. Chuyển nước chấm ra đĩa phục vụ và dùng lạnh với bánh mì kẹp rau củ và bánh mì pita cắt lát.

## 43. Hỗn hợp thảo mộc Pháp

Năng suất: 2 cốc

## NGUYÊN LIỆU

½ cốc ngải giấm

½ cốc rau diếp cá

2 thìa lá xô thơm

½ chén húng tây

2 muỗng canh hương thảo

5 muỗng canh hẹ

2 muỗng canh Vỏ cam, sấy khô

2 muỗng canh hạt cần tây, xay

## HƯỚNG:

Đổ tất cả mọi thứ lại với nhau và trộn cho đến khi kết hợp tốt. Đóng gói vào lọ nhỏ và dán nhãn

Vò nhỏ gia vị trên tay khi sử dụng.

Đo gia vị theo thể tích, không phải theo trọng lượng, vì độ ẩm có sự thay đổi lớn.

## 44. Bơ thảo mộc và gia vị

Năng suất: 1 phần ăn

## NGUYÊN LIỆU

8 muỗng canh bơ mềm

2 muỗng canh hương thảo tươi, xắt nhỏ

1 muỗng canh Tarragon tươi, xắt nhỏ

1 muỗng canh Hẹ tươi, xắt nhỏ

1 muỗng canh bột cà ri

## HƯỚNG:

Đánh bơ mềm cho đến khi kem. Trộn trong các thành phần còn lại.

Đặt bơ trên giấy sáp vàd tạo thành một cuộn bằng một con dao có lưỡi phẳng.

Để bơ nghỉ trong tủ lạnh ít nhất hai giờ để bơ hấp thụ hoàn toàn hương vị của các loại thảo mộc.

## 45. Sốt rau thảo mộc

Năng suất: 1 phần ăn

## NGUYÊN LIỆU

½ muỗng cà phê mùi tây tươi

½ muỗng cà phê ngải giấm tươi

½ muỗng cà phê hẹ tươi

½ muỗng cà phê rau mùi tươi

3 muỗng canh Giấm rượu

9 muỗng canh dầu Olive

1 muỗng cà phê mù tạt Dijon

½ muỗng cà phê muối

½ muỗng cà phê Tiêu đen

## HƯỚNG:

Băm nhỏ các loại thảo mộc tươi, để dành một vài lá để dùng làm đồ trang trí.

Cho tất cả các Thành phần vào một bát trộn nhỏ. Đánh mạnh bằng máy đánh trứng cho đến khi trộn đều.

Trang trí với lá tươi và phục vụ ngay lập tức.

## 46. Thịt xông khói, cà chua và thảo mộc nhúng

Năng suất: 1 phần ăn

## NGUYÊN LIỆU

1 Thùng chứa; (16 oz.) kem chua

1 muỗng canh húng quế

1 muỗng canh gia vị Beau Monde

1 quả cà chua vừa

8 lát Thịt xông khói nấu chín và vụn

## HƯỚNG:

Trong bát vừa, khuấy đều tất cả các Thành phần cho đến khi trộn đều. Che và làm lạnh 2 giờ hoặc qua đêm.

## 47. lan thảo mộc tỏi

Năng suất: 8 phục vụ

## NGUYÊN LIỆU

1 củ tỏi

4 quả cà chua phơi khô; không đóng gói trong dầu

1 cốc phô mai sữa chua không béo

½ muỗng cà phê xi-rô cây thích

2 muỗng canh Húng quế tươi; băm nhỏ

½ muỗng cà phê ớt đỏ mảnh

¼ muỗng cà phê muối biển; vùng đất mới

Ổ bánh mì Ý; xắt lát; không bắt buộc

## HƯỚNG:

Bọc đầu tỏi trong giấy nhôm và nướng trong lò 375F đã làm nóng trước trong 35 phút.

Đun sôi cà chua phơi khô trong một lượng nước nhỏ. Để yên trong 15 phút, sau đó để ráo nước trên khăn giấy. Cắt nhỏ khi sấy khô.

Kết hợp tất cả các Thành phần ngoại trừ bánh mì bằng máy đánh trứng. Cho phép ngồi trong ít nhất 30 phút.

## 48. Chevre với các loại thảo mộc lây lan

Năng suất: 8 phục vụ

## NGUYÊN LIỆU

4 ounce pho mát kem nguyên chất

Chevre 4 ounce

Các loại thảo mộc tươi - để nếm thử

## HƯỚNG:

Nếu bạn đang sử dụng các loại thảo mộc của riêng mình, hương thảo, ngải giấm và món mặn mùa hè là những lựa chọn tốt, một mình hoặc kết hợp.

Sử dụng phết này để nhồi đậu tuyết hoặc đường, phết lên dưa chuột hoặc bí ngòi tròn, bánh quy ngọt, bánh quy nước hoặc bánh mì tròn nhỏ nướng nhẹ.

# THỊT BÒ

## 49. Thịt bò khô cổ điển của tôi

Năng suất: ¾ pound

Thời gian chuẩn bị: 15 phút, cộng thêm qua đêm

Thời gian nấu: 5 đến 8 giờ

## THÀNH PHẦN

1½ pound thịt bò nạc

2 chén giấm trắng

nước muối bò cổ điển

¼ chén nước tương

⅓ chén sốt Worrouershire

1 muỗng canh sốt thịt nướng

½ thìa cà phê tiêu

½ muỗng cà phê muối

½ muỗng cà phê hành tây

½ muỗng cà phê tỏi

## HƯỚNG

1. Cắt thịt bò thành lát ¼ inch.

2. Trong một bát vừa, ngâm các lát thịt bò với giấm trắng trong 10 phút. Xả và loại bỏ giấm trắng.

3. Cho các lát thịt bò đã ráo nước và các nguyên liệu ngâm nước muối vào túi có khóa kéo 1 gallon. Thêm nước, nếu cần, để bao phủ hoàn toàn thịt. Ngâm qua đêm trong tủ lạnh.

4. Ngày hôm sau, để ráo nước muối, bày thịt ra sao cho các miếng thịt không chạm vào nhau và khử nước ở nhiệt độ 160°F trong 5 đến 8 giờ cho đến khi thịt giòn nhưng mềm dẻo.

Nước muối teriyaki: Để có hương vị châu Á, hãy sử dụng các nguyên liệu sau để làm nước muối: ⅔ chén nước sốt teriyaki, 1 muỗng canh nước tương, ½ chén nước hoặc nước ép dứa, ½ muỗng cà phê bột hành, ½ muỗng cà phê tỏi tươi, ½ muỗng cà phê muối và ½ muỗng cà phê tiêu.

Nước muối cay Cajun: Nếu bạn thích vị cay, hãy thử nước muối Cajun: ½ chén giấm balsamic, ⅓ chén sốt Worrouershire, ⅓ chén nước, 1 muỗng canh mật mía, 1 muỗng canh gia vị Cajun, 1 muỗng cà phê ớt bột xông khói, ½ muỗng cà phê muối, ½ muỗng cà phê tiêu, và ¼ muỗng cà phê bột cayenne.

# 50. Thịt Bò Bít Tết

Năng suất: ¾ pound

Thời gian chuẩn bị: 15 phút, cộng thêm qua đêm

Thời gian nấu: 5 đến 8 giờ

## THÀNH PHẦN

1½ pound thịt bò nạc

2 chén giấm trắng

Bít tết bò ngâm nước muối

¼ chén giấm balsamic

⅓ chén sốt Worrouershire

1 muỗng canh mật mía

1 muỗng canh hỗn hợp gia vị bít tết (xem công thức bên dưới)

1 muỗng cà phê tỏi tươi

1 muỗng cà phê bột hành

## HƯỚNG

1. Cắt thịt bò thành lát ¼ inch.

2. Trong một bát vừa, ngâm các lát thịt bò với giấm trắng trong 10 phút. Xả và loại bỏ giấm trắng.

3. Cho các lát thịt bò đã ráo nước và các nguyên liệu ngâm nước muối vào túi có khóa kéo 1 gallon. Thêm nước, nếu cần, để bao phủ hoàn toàn thịt. Ngâm qua đêm trong tủ lạnh.

4. Ngày hôm sau, để ráo nước muối, bày thịt ra sao cho các miếng thịt không chạm vào nhau và khử nước ở nhiệt độ 160°F trong 5 đến 8 giờ cho đến khi thịt giòn nhưng mềm dẻo.

# SÚP

# 51. súp Súp lơ

Năng suất: 6 cốc

Thời gian chuẩn bị: 40 phút

Thời gian nấu: 15 phút

## THÀNH PHẦN

2 chén súp lơ mất nước

$\frac{1}{8}$ chén hành khô

$\frac{1}{8}$ chén cần tây khô

2 lát tỏi khô

$2\frac{1}{2}$ cốc nước

$\frac{1}{8}$ chén hạt diêm mạch

4 chén nước dùng rau củ

hương vị hạt tiêu

muối, để hương vị

gia vị, để hương vị

## HƯỚNG

1. Cho súp lơ, hành tây, cần tây và tỏi vào tô lớn và đổ $2\frac{1}{2}$ cốc nước sôi vào. Ngâm cho đến khi rau gần như được bù nước, khoảng 30 phút. Xả và loại bỏ chất lỏng ngâm.

2. Trong một cái chảo lớn, thêm rau, hạt diêm mạch, nước hầm rau, muối, hạt tiêu và hạt nêm cho vừa ăn. Nấu trên lửa vừa trong 15 phút, cho đến khi súp lơ và hạt quinoa mềm và chín hoàn toàn.

3. Tắt bếp và đổ từng mẻ nhỏ vào máy xay sinh tố để trộn đều. Hãy cẩn thận—nó sẽ rất nóng. Trộn cho đến khi mịn, 45 đến 60 giây.

## 52. súp măng tây

Năng suất: 6 cốc

Thời gian chuẩn bị: 10 phút

Thời gian nấu: 20 phút

## THÀNH PHẦN

2 chén măng tây khử nước

1 ly nước

2 muỗng canh bơ hoặc dầu ô liu nguyên chất

½ muỗng cà phê húng quế khô hoặc 10 lá húng quế tươi, thái nhỏ

4 chén nước dùng gà hoặc nước dùng

Muối và hạt tiêu cho vừa ăn

## HƯỚNG

1. Cho măng tây và nước vào nồi đun ở lửa vừa trong 5 đến 10 phút cho đến khi các miếng măng tây căng mọng. Xả và dự trữ chất lỏng măng tây.

2. Cho măng tây, bơ và húng quế vào nồi kho ở lửa vừa cho đến khi bơ tan chảy, khoảng 1 phút.

3. Cho nước dùng gà và nước măng tây vào nồi kho và đun lửa to cho đến khi hỗn hợp sôi. Giảm nhiệt và đun nhỏ lửa trong 10 phút. Tắt bếp và để nguội khoảng 5 phút.

4. Chia thành từng mẻ nhỏ, đổ súp còn ấm vào máy xay sinh tố và xay nhuyễn theo kết cấu mong muốn. Sau khi xay nhuyễn, chuyển từng mẻ nhỏ sang tô lớn để riêng. Tôi thích giữ một vài mẻ xay sinh tố với những miếng lớn hơn, để món súp có kết cấu.

5. Cho hỗn hợp trở lại nồi kho và thêm muối và hạt tiêu cho vừa ăn.

## 53. Bình Giữ Nhiệt Rau Súp

Năng suất: 2 cốc

Thời gian chuẩn bị: 5 phút

Thời gian nấu: 4 giờ

## THÀNH PHẦN

⅓ chén rau khô

¼ muỗng cà phê mùi tây khô

¼ muỗng cà phê húng quế ngọt khô

nhúm bột tỏi

nhúm bột hành tây

Muối và hạt tiêu cho vừa ăn

1 muỗng canh mì spaghetti, chia thành từng phần nhỏ

2 chén nước luộc gà hoặc thịt bò

## HƯỚNG

1. Đổ nước sôi vào một phích rỗng. Ngay trước khi cho nguyên liệu vào Bình giữ nhiệt, hãy đổ nước nóng ra ngoài.

2. Cho rau khô, mùi tây, húng quế, bột tỏi, bột hành, muối, tiêu và mì ống vào Thermos.

3. Đun sôi nước dùng gà hoặc bò và đổ lên các nguyên liệu khô. Nhanh chóng đậy nắp Thermos và đóng lại an toàn. Nếu có thể, hãy lắc hoặc lật Thermos mỗi giờ cho đến khi sẵn sàng để ăn.

# CHIP KHỬ NƯỚC

## 54. Chip khoai tây ngọt

Năng suất: 6 cốc

Thời gian chuẩn bị: 15 phút

Thời gian nấu: 4 đến 8 giờ

**THÀNH PHẦN**

4 củ khoai lang lớn

**HƯỚNG**

1. Gọt vỏ khoai tây hoặc để nguyên vỏ để tăng thêm giá trị dinh dưỡng.

2. Sử dụng một chiếc mandoline, cắt từng củ khoai tây thành những viên tròn dày $\frac{1}{8}$ inch.

3. Cho các viên tròn vào một nồi nước sôi lớn và nấu cho đến khi mềm, khoảng 10 phút. Xả và loại bỏ chất lỏng. Đừng nấu quá chín; họ nên giữ nguyên hình dạng của họ khi xử lý.

4. Đặt những khoanh khoai lang ướt lên khay khử nước. Họ không nên chạm vào.

5. Rắc muối và hạt nêm lên miếng khoai tây chiên (tùy chọn).

6. Sấy khô ở nhiệt độ 125°F trong 4 đến 8 giờ cho đến khi khoai tây chiên giòn và các phần giữa đã chín.

## 55. khoai tây chiên cải xoăn

Năng suất: 2 cốc

Thời gian chuẩn bị: 5 phút

Thời gian nấu: 4 đến 6 giờ

## THÀNH PHẦN

1 bó cải xoăn, bỏ cuống

1 muỗng canh dầu ô liu hoặc giấm táo

gia vị, như mong muốn

## HƯỚNG

1. Cắt lá cải xoăn thành dải dài từ 2 đến 3 inch.

2. Chải nhẹ cải xoăn với dầu ô liu hoặc sử dụng giấm táo như một chất thay thế ít chất béo cho dầu. Điều này mang lại cho gia vị một cái gì đó để tuân thủ.

3. Rắc cải xoăn với gia vị bạn chọn.

4. Đặt cải xoăn đã tẩm gia vị lên khay khử nước và sấy khô ở nhiệt độ 125°F trong 4 đến 6 giờ cho đến khi giòn.

## 56. khoai tây chiên bí ngòi

Năng suất: 5 cốc

Thời gian chuẩn bị: 15 phút

Thời gian nấu: 10 đến 12 giờ

## THÀNH PHẦN

4 quả bí ngòi vừa

¼ chén giấm táo

muối, để hương vị

hương vị hạt tiêu

ớt bột, để hương vị

## HƯỚNG

1. Cắt bí xanh thành những miếng tròn dày ¼ inch. Tốt nhất là giữ độ dày như nhau để sấy khô đều. Thử nghiệm với việc sử dụng một lưỡi cắt lát có vết nhăn để tạo ra các đường vân trên khoai tây chiên; các đường vân có xu hướng giúp gia vị có nhiều diện tích hơn để bám vào.

2. Cho giấm táo, muối, hạt tiêu và ớt bột vào một cái bát không có đáy rộng. Khuấy cho đến khi kết hợp.

3. Cho một ít khoai tây chiên sống vào bát và đảo đều cho đến khi chúng vừa được phủ một lớp giấm và hỗn hợp gia vị. Tách bất kỳ miếng nào dính vào nhau và đảm bảo rằng tất cả các lát bí ngòi đều được tẩm gia vị.

4. Sắp xếp khoai tây chiên lên khay khử nước. Chúng có thể chạm nhau nhưng không được chồng lên nhau.

5. Sấy khô ở nhiệt độ 135°F trong 10 đến 12 giờ. Nếu bạn có bộ khử nước làm nóng đáy, bạn có thể cần phải sắp xếp lại các khay giữa chừng trong chu trình sấy. Sau 5 giờ, di chuyển các khay trên cùng xuống dưới cùng để khoai tây chiên được khô đều.

## 57. Dưa chua tủ lạnh khử nước

Năng suất: 1 pint

Thời gian chuẩn bị: 5 phút

Thời gian nấu: Thời gian chờ ít nhất 24 giờ

## THÀNH PHẦN

1 chén giấm

1 ly nước

$1\frac{1}{2}$ muỗng canh muối chua hoặc muối kosher

1 tép tỏi, đập dập

$\frac{1}{4}$ muỗng cà phê hạt thì là

$\frac{1}{8}$ muỗng cà phê ớt đỏ mảnh

$1\frac{1}{2}$ chén dưa chuột cắt lát hoặc giáo

## HƯỚNG

1. Để chuẩn bị nước muối, trộn giấm, nước và muối trong một cái chảo nhỏ trên lửa lớn. Đun sôi, sau đó lấy ra ngay và để nguội.

2. Cho tỏi, hạt thì là, mảnh ớt đỏ và những lát dưa chuột đã khử nước vào một lọ đóng hộp cỡ pint.

3. Đổ nước muối đã nguội lên trên dưa chuột, đổ đầy lọ cách miệng lọ khoảng $\frac{1}{2}$ inch. Bạn có thể không sử dụng tất cả nước muối.

4. Cho vào tủ lạnh ít nhất 24 giờ trước khi ăn. Dưa chuột sẽ đầy đặn và trở thành dưa chua một cách kỳ diệu chỉ sau một đêm.

## 58. khoai tây chiên

# THÀNH PHẦN

12 (1-ounce) lát prosciutto

Dầu

# HƯỚNG:

Làm nóng lò ở 350°F.

Lót một tấm nướng bánh bằng giấy da và xếp các lát prosciutto thành một lớp. Nướng 12 phút hoặc cho đến khi prosciutto giòn.

Để nguội hoàn toàn trước khi ăn.

# 59. Chips củ cải

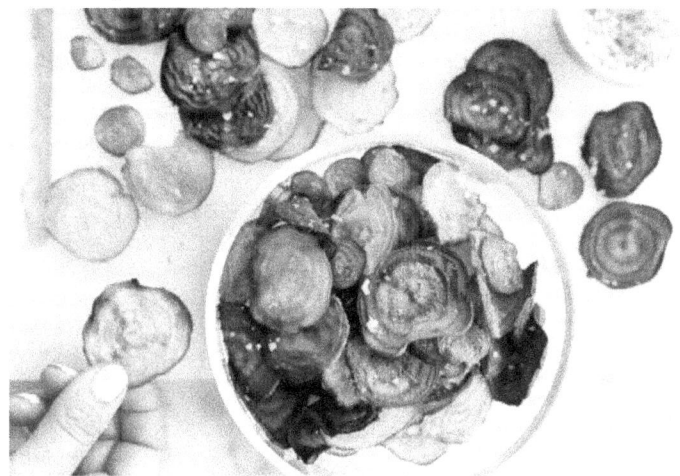

## NGUYÊN LIỆU

10 củ cải đỏ vừa

$^1/2$ chén dầu bơ

2 muỗng cà phê muối biển

$^1/2$ muỗng cà phê tỏi băm nhỏ

## HƯỚNG:

Làm nóng lò ở 350°F. Lót một vài tấm nướng bằng giấy da và đặt sang một bên.

Gọt vỏ củ cải bằng máy thái rau và cắt bỏ các đầu. Cẩn thận cắt củ cải đường thành những miếng tròn dày khoảng 3 mm bằng máy thái mandoline hoặc dao sắc.

Đặt củ cải thái lát vào một cái bát lớn và thêm dầu, muối và tỏi băm nhỏ. Quăng để phủ từng lát. Để riêng 20 phút, để muối hút bớt độ ẩm dư thừa.

Xả chất lỏng dư thừa và xếp củ cải thái lát thành một lớp trên khay nướng đã chuẩn bị. Nướng 45 phút hoặc cho đến khi giòn.

Di chuyển ra khỏi lò và để nguội. Bảo quản trong hộp kín cho đến khi ăn được, tối đa 1 tuần.

# 60. chip lúa mạch

## NGUYÊN LIỆU

1 chén bột mì đa dụng

½ chén bột lúa mạch

½ chén lúa mạch cán (lúa mạch vảy)

2 muỗng canh Đường

¼ muỗng cà phê muối

8 muỗng canh (1 thanh) bơ hoặc Bơ thực vật, làm mềm

½ cốc sữa

## HƯỚNG:

Trong một bát lớn hoặc trong máy xay thực phẩm, khuấy đều bột mì, lúa mạch, đường và muối.

Cắt bơ cho đến khi hỗn hợp giống như bột thô. Thêm đủ sữa để tạo thành một khối bột kết dính với nhau thành một khối kết dính.

Chia bột thành 2 phần bằng nhau để cán mỏng. Trên một bề mặt có rắc bột mì hoặc vải bánh ngọt, lăn ra từ ⅛ đến ¼ inch. Cắt thành hình tròn hoặc hình vuông 2 inch và đặt trên một tấm nướng có lót giấy da hoặc mỡ nhẹ. Dùng đầu nĩa chọc từng chiếc bánh quy vào 2 hoặc 3 chỗ.

Nướng trong 20 đến 25 phút, hoặc cho đến khi có màu nâu vừa. Làm mát trên giá dây.

## 61. Cheddar mexi-melt khoai tây chiên giòn

## NGUYÊN LIỆU

1 chén phô mai Cheddar bào nhỏ

$1/8$ muỗng cà phê tỏi băm nhỏ

$1/8$ muỗng cà phê ớt bột

$1/8$ muỗng cà phê thì là

$1/16$ muỗng cà phê ớt cayenne

1 muỗng canh rau mùi thái nhỏ

1 muỗng cà phê dầu ô liu

## HƯỚNG:

Làm nóng lò ở 350°F. Chuẩn bị một tấm bánh quy bằng giấy da hoặc tấm lót Silpat.

Trộn tất cả các thành phần trong một bát vừa cho đến khi kết hợp tốt.

Thả từng phần có kích thước bằng muỗng canh lên tấm bánh quy đã chuẩn bị.

Nấu 5-7 phút cho đến khi các cạnh bắt đầu chuyển sang màu nâu.

Để nguội 2-3 phút trước khi lấy ra khỏi tấm cookie bằng thìa.

# 62. khoai tây chiên

## NGUYÊN LIỆU

24 lát pepperoni không đường

Dầu

## HƯỚNG:

Làm nóng lò ở nhiệt độ 425°F.

Lót một tấm nướng bằng giấy da và xếp các lát pepperoni thành một lớp.

Nướng 10 phút rồi lấy ra khỏi lò và dùng khăn giấy để thấm bớt dầu mỡ thừa. Quay trở lại lò nướng thêm 5 phút nữa hoặc cho đến khi pepperoni giòn.

## 63. Angel khoai tây chiên giòn

# NGUYÊN LIỆU

½ chén đường

½ chén đường nâu

1 cốc rút ngắn

1 quả trứng

1 muỗng cà phê vani

1 muỗng cà phê Kem cao răng

2 cốc bột

½ muỗng cà phê muối

1 muỗng cà phê baking soda

# HƯỚNG:

Đường kem, đường nâu và shortening. Thêm vani và trứng. Trộn cho đến khi mịn. Thêm các thành phần khô; trộn.

Lăn từng thìa cà phê thành quả bóng. Nhúng vào nước rồi nhúng vào đường cát. Đặt trên khay nướng bánh quy, úp mặt đường lên trên, sau đó dùng ly ấn phẳng.

Nướng ở 350 độ trong 10 phút.

## 64. Sa tế da gà giòn

## NGUYÊN LIỆU

Da từ 3 đùi gà lớn

2 muỗng canh bơ đậu phộng chunky không thêm đường

1 muỗng canh nước cốt dừa không đường

1 muỗng cà phê dầu dừa

1 muỗng cà phê hạt tiêu jalapeño hạt và băm nhỏ

¼ tép tỏi, băm nhỏ

1 muỗng cà phê amino dừa

## HƯỚNG:

Làm nóng lò ở 350°F. Trên một tấm bánh quy có lót giấy da, trải da càng phẳng càng tốt.

Nướng 12-15 phút cho đến khi da chuyển sang màu nâu nhạt và giòn, cẩn thận để không bị cháy.

Lấy vỏ ra khỏi tấm cookie và đặt lên khăn giấy để nguội.

Trong một bộ xử lý thực phẩm nhỏ, thêm bơ đậu phộng, kem dừa, dầu dừa, jalapeño, tỏi và aminos dừa. Trộn cho đến khi trộn đều, khoảng 30 giây.

Cắt mỗi miếng da gà giòn thành 2 miếng.

Rưới 1 thìa nước sốt đậu phộng lên từng miếng gà giòn và dùng ngay. Nếu nước sốt quá lỏng, hãy để tủ lạnh 2 giờ trước khi sử dụng.

## 65. Da gà bơ

## NGUYÊN LIỆU

Da từ 3 đùi gà lớn

1/4 quả bơ vừa, bóc vỏ và rỗ

3 muỗng canh kem chua đầy đủ chất béo

1/2 hạt tiêu jalapeño vừa, bỏ hạt và thái nhỏ

1/2 muỗng cà phê muối biển

## HƯỚNG:

Làm nóng lò ở 350°F. Trên một tấm bánh quy được lót bằng giấy da, trải da càng phẳng càng tốt.

Nướng 12-15 phút cho đến khi da chuyển sang màu nâu nhạt và giòn, cẩn thận để không bị cháy.

Lấy vỏ ra khỏi tấm cookie và đặt lên khăn giấy để nguội.

Trong một bát nhỏ, kết hợp bơ, kem chua, jalapeño và muối.

Trộn bằng nĩa cho đến khi được trộn đều.

Cắt mỗi miếng da gà giòn thành 2 miếng.

Cho 1 thìa hỗn hợp bơ lên mỗi miếng gà giòn và dùng ngay.

## 66. Khoai tây chiên giòn Parmesan

## NGUYÊN LIỆU

³/4 chén zucchini cắt nhỏ

¹/4 chén cà rốt bào sợi

2 chén phô mai Parmesan mới cắt nhỏ

1 muỗng canh dầu ô liu

¹/4 muỗng cà phê tiêu đen

## HƯỚNG:

Làm nóng lò ở nhiệt độ 375°F. Chuẩn bị một tấm bánh quy bằng giấy da hoặc tấm lót Silpat.

Bọc rau đã cắt nhỏ trong khăn giấy và vắt bớt nước.

Trộn tất cả các thành phần trong một bát vừa cho đến khi kết hợp hoàn toàn.

Đặt những miếng bánh có kích thước bằng muỗng canh lên tấm bánh quy đã chuẩn bị.

Nướng 7-10 phút cho đến khi có màu nâu nhạt.

Để nguội 2-3 phút và lấy ra khỏi tấm cookie.

## 67. Bánh bí đỏ dừa giòn

## NGUYÊN LIỆU

2 muỗng canh dầu dừa

$1/2$ muỗng cà phê chiết xuất vani

$1/2$ muỗng cà phê gia vị bánh bí ngô

1 muỗng canh erythritol dạng hạt

2 cốc dừa bào không đường

$1/8$ muỗng cà phê muối

## HƯỚNG:

Làm nóng lò ở 350°F.

Cho dầu dừa vào một chiếc bát vừa an toàn với lò vi sóng và cho vào lò vi sóng cho đến khi tan chảy, khoảng 20 giây. Thêm chiết xuất vani, gia vị bánh bí ngô và erythritol dạng hạt vào dầu dừa và khuấy cho đến khi kết hợp.

Đặt dừa bào sợi vào một cái bát vừa, đổ hỗn hợp dầu dừa lên trên và phủ đều. Trải một lớp duy nhất trên một tấm bánh quy và rắc muối.

Nướng 5 phút hoặc cho đến khi dừa giòn.

## 68. Da gà chiên giòn alfredo

# NGUYÊN LIỆU

Da từ 3 đùi gà lớn
2 muỗng canh phô mai ricotta
2 muỗng canh pho mát kem
1 muỗng canh phô mai Parmesan bào
$1/4$ tép tỏi, băm nhỏ
$1/4$ muỗng cà phê tiêu trắng xay

# HƯỚNG:

Làm nóng lò ở 350°F. Trên một tấm bánh quy có lót giấy da, trải da càng phẳng càng tốt.

Nướng 12-15 phút cho đến khi da chuyển sang màu nâu nhạt và giòn, cẩn thận để không bị cháy.

Lấy vỏ ra khỏi tấm cookie và đặt lên khăn giấy để nguội.

Trong một bát nhỏ, thêm pho mát, tỏi và hạt tiêu. Trộn bằng nĩa cho đến khi được trộn đều.

Cắt mỗi miếng da gà giòn thành 2 miếng.

Cho 1 muỗng canh hỗn hợp phô mai lên mỗi miếng gà giòn và dùng ngay.

# RAU

## 69. Pancake khoai lang bột dừa

Năng suất: 6 bánh vừa

Thời gian chuẩn bị: 5 phút

Thời gian nấu: 2 đến 4 phút

## THÀNH PHẦN

5 quả trứng

¼ cốc sữa

½ muỗng cà phê chiết xuất vani

½ chén nước sốt táo không đường

¼ chén bột dừa

¼ chén bột khoai lang

1 muỗng canh đường cát hoặc mật ong

¼ muỗng cà phê bột nở

quế xay, để hương vị

¼ muỗng cà phê muối

## HƯỚNG

1. Làm nóng vỉ nướng hoặc chảo lớn trên lửa vừa.

2. Trong một tô lớn, đánh trứng, sữa, vani và sốt táo cho đến khi hòa quyện.

3. Trong một bát vừa, đánh bột dừa, bột khoai lang, đường hoặc mật ong, bột nở, quế và muối cho đến khi trộn đều.

4. Thêm nguyên liệu khô vào nguyên liệu ướt. Khuấy bằng nĩa cho đến khi các thành phần được kết hợp tốt và không còn vón cục.

5. Rót từng muôi bột, khoảng $\frac{1}{4}$ cốc mỗi lần, lên vỉ nướng nóng. Nấu từ 2 đến 4 phút mỗi bên cho đến khi các bong bóng nhỏ bắt đầu hình thành trên mặt, sau đó lật.

6. Ăn nóng với lớp phủ bánh kếp yêu thích của bạn.

# 70. Cuộn bắp cải nhồi nồi nấu chậm

Năng suất: 8 đến 12 cuộn

Thời gian chuẩn bị: 20 phút

Thời gian nấu: 8 đến 10 giờ

## THÀNH PHẦN

8 đến 12 lá bắp cải khô

¼ chén hành tây thái hạt lựu

⅔ chén bột cà chua

1 muỗng canh đường nâu (tùy chọn)

1 muỗng cà phê nước sốt Worrouershire (tùy chọn)

1 chén cơm trắng nấu chín

1 quả trứng, đánh tan

1 pound thịt bò xay siêu nạc

1 muỗng cà phê muối, cộng với nhiều hơn để hương vị

1 muỗng cà phê hạt tiêu, cộng thêm hương vị

## HƯỚNG

1. Đun sôi một nồi nước lớn. Thêm lá bắp cải đã khử nước và đun sôi trong 2 đến 3 phút cho đến khi mềm. Xả và đặt sang một bên.

2. Trong một cái bát nhỏ, ngâm hành tây thái hạt lựu với nước nóng để bù nước, khoảng 15 phút.

3. Để làm sốt cà chua, cho bột cà chua vào một bát vừa. Đổ từ từ 2 cốc nước sôi vào và đánh đều để bớt vón cục. Đánh bông đường nâu và sốt Worrouershire, nếu sử dụng. Để qua một bên.

4. Trong một tô lớn, trộn cơm, trứng, thịt bò xay, hành tây, 2 muỗng canh nước sốt cà chua, muối và hạt tiêu. Khuấy bằng thìa hoặc đảo và nghiền bằng tay sạch.

5. Cho khoảng $\frac{1}{4}$ chén hỗn hợp vào mỗi lá bắp cải, cuộn lại và nhét hai đầu vào. Cho các cuộn vào nồi nấu chậm.

6. Đổ nước sốt cà chua còn lại lên cuộn bắp cải. Đậy nắp và nấu ở nhiệt độ thấp từ 8 đến 10 giờ.

## 71. Bí mùa đông xào với táo

Năng suất: 2 cốc

Thời gian chuẩn bị: 1 tiếng

Thời gian nấu: 10 phút

## THÀNH PHẦN

1 chén khối bí mùa đông mất nước

½ chén hành khô

½ chén táo khô

2 muỗng canh bơ

½ muỗng cà phê muối cần tây

½ muỗng cà phê bột tỏi

½ muỗng cà phê húng tây

muối, để hương vị

hương vị hạt tiêu

## HƯỚNG

1. Đặt các miếng bí đã khử nước và hành tây vào một cái bát lớn và đổ 2 cốc nước ấm vào. Ngâm trong 1 giờ. Xả hết nước còn lại.

2. Bù nước cho táo bằng cách đặt táo vào một bát riêng và đậy bằng nước mát trong 1 giờ.

3. Đun chảy bơ trong chảo lớn trên lửa vừa.

4. Thêm bí, hành tây và muối cần tây vào chảo, thỉnh thoảng khuấy cho đến khi bí bắt đầu chuyển sang màu nâu, khoảng 5 phút.

5. Thêm bột tỏi và táo, nấu cho đến khi táo mềm, khoảng 2 phút.

6. Thêm cỏ xạ hương, muối và hạt tiêu cho vừa ăn.

## 72. Tổ bí mùa đông mất nước

Năng suất: 10 đến 15 tổ bí

Thời gian chuẩn bị: 30 phút

Thời gian nấu: 4 đến 6 giờ

**THÀNH PHẦN**

1 quả bí mùa đông lớn, gọt vỏ và bỏ hạt

**HƯỚNG**

1. Nếu sử dụng dụng cụ xoắn ốc, hãy cắt bí thành những miếng vừa ăn và thái bí thành những sợi dài. Nếu bạn không có dụng cụ tạo hình xoắn ốc, hãy dùng dụng cụ gọt vỏ rau củ trên quả bí, tạo thành những lát mỏng, rộng, giống sợi mì hoặc sử dụng dụng cụ gọt vỏ thái sợi để có được những sợi giống sợi mì spaghetti.

2. Không phải tất cả các mảnh sẽ xoắn ốc thành một đoạn dài, vì vậy hãy tách các bộ phận bằng cách lấy chúng ra khỏi đống.

3. Cho các sợi dài vào khay khử nước và sắp xếp chúng thành ổ bằng cách chất từng đoạn lên nhau. Cho các miếng nhỏ hơn vào khay khử nước theo từng nắm nhỏ để tạo thành ổ, xếp 5 hoặc 6 miếng vào khay.

4. Sấy khô ở 140°F trong 2 giờ, giảm nhiệt xuống 130°F và sấy khô thêm 2 đến 4 giờ cho đến khi các mảnh giòn.

## 73. Tổ bí tẩm gia vị tỏi Creole

Năng suất: 10 tổ

Thời gian chuẩn bị: 35 phút

Thời gian nấu: 5 phút

## THÀNH PHẦN

10 tổ yến bí mùa đông khô (trang 117), hoặc 2 cốc vụn bí khô

⅓ chén bột mì đa dụng

2 tép tỏi, băm nhỏ

2 quả trứng lớn, bị đánh đập

1 muỗng canh hỗn hợp gia vị Creole

2 muỗng canh dầu ô liu

10 muỗng cà phê phô mai cheddar

## HƯỚNG

1. Tổ bí đao ngâm trong nước nóng 30 phút để bù nước một phần. Xả và loại bỏ chất lỏng ngâm.

2. Trong một bát lớn, trộn bột mì, tỏi, trứng và gia vị Creole. Nhúng tổ bí butternut vào hỗn hợp trứng, chú ý không làm vỡ tổ.

3. Đun nóng dầu ô liu trong chảo lớn trên lửa vừa và cao.

4. Múc 1 tổ cho mỗi khẩu phần. Đặt vào chảo và làm phẳng bí bằng thìa, sau đó nấu cho đến khi mặt dưới có màu nâu vàng, khoảng 2 phút.

5. Lật và nấu ở phía bên kia, lâu hơn khoảng 2 phút.

6. Cho 1 muỗng cà phê phô mai cheddar lên trên mỗi tổ và dùng ngay.

## 74. Đậu và gạo Fajita

Năng suất: 1 hũ pint khô; 6 chén nấu chín

Thời gian chuẩn bị: 35 phút

Thời gian nấu: 20 đến 25 phút

## THÀNH PHẦN

1 chén gạo lức nhanh

2 chén đậu nấu nhanh

¼ chén ớt chuông ngọt đã khử nước

¼ chén hành khô

¼ chén cà rốt khô

¼ chén bột cà chua

¼ muỗng cà phê tỏi khô

1 muỗng cà phê ớt bột

½ muỗng cà phê muối

½ muỗng cà phê ớt bột

½ muỗng cà phê đường nâu

¼ muỗng cà phê tiêu đen

¼ muỗng cà phê oregano

¼ muỗng cà phê thì là

⅛ muỗng cà phê ớt cayenne

## HƯỚNG

1. Cho tất cả nguyên liệu vào lọ miệng rộng 1 pint hoặc túi Mylar. Thêm một bình hấp thụ oxy 100cc và đậy kín. Lưu trữ lên đến 5 năm.

2. Để phục vụ, hãy lấy gói oxy ra và đổ hết lượng bên trong bình vào một cái chảo lớn. Đậy bằng 6 cốc nước và đun sôi ở nhiệt độ cao. Giảm nhiệt xuống mức trung bình, đậy nắp và đun nhỏ lửa trong 15 đến 20 phút, thỉnh thoảng khuấy cho đến khi đậu chín.

3. Trang trí với phô mai bào để thưởng thức.

## 75. Đế bánh pizza bông cải trắng

Năng suất: 2 (8-inch) lớp vỏ

Thời gian chuẩn bị: 40 phút

Thời gian nấu: 15 đến 20 phút

**THÀNH PHẦN**

1 chén súp lơ mất nước

4 cốc nước

2 quả trứng

2 chén phô mai Parmesan bào

**HƯỚNG:**

1. Làm nóng lò ở 400°F.

2. Cho súp lơ vào tô lớn, đổ 4 cốc nước nóng vào và ngâm trong 20 phút. Xả và loại bỏ chất lỏng ngâm.

3. Cắt súp lơ đã khử nước bằng tay hoặc bằng máy xay thực phẩm cho đến khi các miếng nhỏ và có kích thước đồng đều.

4. Nấu súp lơ trắng trong chảo trên lửa vừa. Khuấy cho đến khi súp lơ khô và loại bỏ độ ẩm.

5. Đặt súp lơ sang một bên và để nguội. Nó có thể nguội nhanh hơn nếu nó được lấy ra khỏi chảo.

6. Đánh trứng trong một bát riêng. Trộn phô mai Parmesan.

7. Thêm súp lơ đã nguội vào tô và khuấy cho đến khi hòa quyện hoàn toàn.

8. Làm trên giấy da, chia hỗn hợp thành 2 phần bằng nhau. Cắt từng mảnh thành hình tròn 8 inch, dày khoảng $\frac{1}{4}$ inch. Giữ nhiều hỗn hợp trên các cạnh để các viên tròn chín đều và các cạnh không bị cháy.

9. Trượt giấy nến lên khay nướng và nướng ở nhiệt độ 400°F cho đến khi các viên bánh chín vàng và cứng lại, khoảng 15 đến 20 phút.

# 76. Hash Brown Mix trong lọ

Làm khô các thành phần riêng biệt và kết hợp. Công thức này làm 1 lọ, ngày ăn 2 bữa.

Năng suất: 1 hũ pint khô; 2 chén nấu chín

Thời gian chuẩn bị: 10 đến 15 phút

Thời gian nấu: 10 đến 15 phút

## THÀNH PHẦN

2 chén khoai tây vụn mất nước

½ chén hành khô

½ chén ớt ngọt khô

¼ chén tỏi băm khô

1 muỗng cà phê dầu thực vật

## HƯỚNG:

1. Trộn đều khoai tây bào sợi, hành khô, ớt ngọt khô và tỏi khô băm nhỏ trong một tô lớn. Đặt trong lọ đóng hộp hoặc túi Mylar. Thêm một bình hấp thụ oxy 100cc và đậy kín. Lưu trữ lên đến 5 năm.

2. Để chuẩn bị, đổ 1 cốc chất chứa trong bình vào một cái bát và đậy bằng nước sôi trong 10 đến 15 phút cho đến khi đầy đặn. Lọc và vắt để loại bỏ nước dư thừa.

3. Đun nóng dầu trong chảo trên lửa vừa.

4. Cho hỗn hợp khoai tây vào chảo, ấn nhẹ thành một lớp mỏng, đều khi nấu.

5. Nấu cho đến khi rất giòn và có màu vàng nâu mỗi bên trong khoảng 3 phút.

## 77. Gạo lức nhanh

Năng suất: 2 chén gạo mất nước;

## THÀNH PHẦN

3½ chén cơm

Thời gian chuẩn bị: 5 đến 7 giờ

Thời gian nấu: 17 phút

## HƯỚNG:

1. Nấu 2 cốc gạo lứt thông thường theo hướng dẫn trên bao bì; đảm bảo rằng tất cả chất lỏng được hấp thụ.

2. Che các khay khử nước của bạn bằng giấy da hoặc tấm lót Paraflexx và trải cơm đã nấu thành một lớp. Khử nước ở 125°F trong 5 đến 7 giờ. Giữa quá trình sấy, hãy bẻ nhỏ gạo bị dính vào nhau và xoay khay. Khi đã khô hoàn toàn, cơm sẽ kêu lách cách khi thả xuống mặt bàn.

3. Để bù nước, đong 1 chén gạo khô, cho vào nồi và đổ ¾ chén nước vào. Ngâm khoảng 5 phút để nước bắt đầu ra nước, sau đó đun sôi và đun sôi trong 2 phút. Lấy ra khỏi nhiệt, đậy nắp và để yên trong 10 phút. Xào bằng nĩa.

# 78. Đậu nấu nhanh

Năng suất: 3 cốc

Thời gian chuẩn bị: 10 phút, cộng thêm 8 giờ

Thời gian nấu: 8 đến 10 giờ

**THÀNH PHẦN**

4 chén đậu khô

**HƯỚNG:**

1. Ngâm đậu khô qua đêm. Bỏ nước.

2. Sau ít nhất 8 giờ ngâm, cho đậu vào nồi lớn, đổ ngập nước và đun sôi. Giảm nhiệt và đun nhỏ lửa trong 10 phút. Làm khô hạn.

3. Trải đậu đã nấu chín một phần thành một lớp trên khay khử nước và xử lý ở nhiệt độ từ 95°F đến 100°F trong 8 đến 10 giờ. Chúng sẽ cứng khi khô.

4. Bảo quản trong lọ đóng hộp với chất hấp thụ oxy 100cc hoặc loại bỏ oxy bằng phụ kiện FoodSaver. Thời hạn sử dụng là 5 năm.

Để bù nước: Ngâm 1 cốc đậu khô và 2 cốc nước trong nồi trong 5 phút. Đun sôi trong 10 phút. Đừng giấu giếm.

# 79. Bà B's Stovetop đậu nướng

Năng suất: 3 cốc

Thời gian chuẩn bị: 15 phút

Thời gian nấu: 10 phút

## THÀNH PHẦN

1 cốc Đậu nấu nhanh (trang 123)

2 cốc nước

$\frac{1}{4}$ chén hành tây xắt nhỏ

2 muỗng cà phê mù tạt

$\frac{1}{8}$ cốc đường nâu đóng gói, hoặc để nếm thử

1 muỗng cà phê nước sốt Worrouershire

## HƯỚNG:

1. Bù nước cho Đậu nấu nhanh bằng cách ngâm đậu với 2 cốc nước trong nồi trong 5 phút. Đun sôi trong 10 phút. Đừng giấu giếm.

2. Thêm các thành phần còn lại. Khuấy cho đến khi đường nâu được hòa tan.

3. Giảm nhiệt xuống mức trung bình và đun thêm 5 phút nữa cho đến khi đậu mềm và tạo thành nước sốt. Thêm nước bổ sung với gia số 1 muỗng cà phê, nếu cần.

# 80. Mexico Fiesta nướng

Năng suất: 1 đĩa nướng (2½-quart)

Thời gian chuẩn bị: 45 phút

Thời gian nấu: 15 phút

## THÀNH PHẦN

1 chén cà chua mất nước

1 chén lá rau mùi tươi hoặc khô

½ chén ớt xanh đã khử nước, thái hạt lựu

½ chén hạt ngô khô

¼ chén bột cà chua

2 ớt jalapeño tươi

2 chén thịt bò xay

1 muỗng cà phê tỏi

1 quả chanh, vắt lấy nước

6 bánh ngô, cắt thành hình vuông 1 inch

1 chén phô mai cheddar

# HƯỚNG

1. Làm nóng lò ở nhiệt độ 350°F.

2. Cho cà chua đã khử nước vào một cái bát nhỏ và đậy bằng 2 cốc nước mát trong 30 phút hoặc cho đến khi cà chua căng mọng và mềm. Để ráo nước và thái hạt lựu thành miếng vừa ăn.

3. Cho lá ngò, ớt xanh thái hạt lựu và ngô vào một cái bát nhỏ và thêm nước lạnh vừa đủ để đậy nắp. Để ngâm trong 10 đến 15 phút hoặc cho đến khi ớt đầy đặn. Làm khô hạn.

4. Để làm sốt cà chua, cho từ từ 12 ounce nước nóng vào $\frac{1}{4}$ cốc bột cà chua. Trộn cho đến khi mịn. Để qua một bên.

5. Làm sạch, bỏ hạt và thái hạt lựu 2 quả ớt jalapeño tươi.

6. Nấu thịt bò xay trong chảo lớn cho đến khi chín vàng hoàn toàn.

7. Thêm sốt cà chua, tỏi, nước cốt chanh, cà chua, rau mùi, ớt xanh, ngô, bánh ngô và ớt jalapeño vào thịt bò xay. Khuấy và đun nóng trong suốt.

8. Chuyển sang đĩa nướng $2\frac{1}{2}$ lít và phủ pho mát lên trên.

9. Nướng 15 phút cho đến khi phô mai sủi bọt.

# ĐỒ UỐNG

## 81. Trà hoa hồng bạc hà

Năng suất: 1 cốc

Thời gian chuẩn bị: 0 phút

Thời gian ngâm: 10 đến 15 phút

**THÀNH PHẦN**

1 muỗng cà phê hoa hồng hông khô

1 muỗng cà phê bạc hà khô hoặc bạc hà cay

1 ly nước

**HƯỚNG:**

1. Cho bạc hà và hoa hồng hông vào bình ép kiểu Pháp hoặc ấm trà và đổ 1 cốc nước nóng vào. Một số nhà sản xuất trà xay hoa hồng hông trước khi sử dụng, nhưng điều đó thực sự không cần thiết.

2. Đậy nắp và ủ trong 10 đến 15 phút. Bạn ngâm càng lâu, hương vị và màu sắc sẽ càng đậm.

## 82. Trà Cam Bạc Hà

Năng suất: 1 cốc

Thời gian chuẩn bị: 5 phút, cộng với thời gian nghỉ ngơi

Thời gian ngâm: 10 phút

**THÀNH PHẦN**

2 muỗng canh bạc hà khô, xắt nhỏ

2 muỗng canh cam khô

3 hoặc 4 nhánh đinh hương (tùy chọn)

**HƯỚNG:**

1. Đong các nguyên liệu khô vào máy xay cà phê hoặc cối và chày và chế biến cho đến khi chúng được trộn thành các miếng đồng nhất. Đặt trong lọ có nắp đậy kín và để hương vị phát triển trong vài ngày.

2. Thêm 1 thìa cà phê Hỗn hợp trà bạc hà cam vào bình pha trà, ấm trà hoặc bình ép kiểu Pháp. Che và dốc trong 10 phút. Điều này cũng làm cho một trà đá sảng khoái.

## 83. Trà chanh cỏ roi ngựa

Năng suất: 1 lít

Thời gian chuẩn bị: 0 phút

Thời gian ngâm: vài giờ

**THÀNH PHẦN**

1 nắm lá cỏ roi chanh khô

1 lít nước

**HƯỚNG:**

1. Nghiền một nắm lá khô và cho vào lọ thủy tinh lớn.

2. Đậy lá bằng 1 lít nước và để lọ ngoài nắng trong vài giờ.

3. Lọc lá và thêm đá để thưởng thức đồ uống giải khát.

## 84. Nước chanh với cam quýt khử nước

Năng suất: 5 lít

Thời gian chuẩn bị: 0 phút

Thời gian nấu: 3 giờ nghỉ ngơi

## THÀNH PHẦN

1 chén đường

5 lít nước

15 miếng tròn cam quýt khử nước

## HƯỚNG:

1. Cho đường vào 5 lít nước và khuấy cho tan.

2. Thêm miếng cam quýt và khuấy.

3. Thêm đá để giúp giữ cho vỏ ngập nước. Hãy để nó ngồi trong ít nhất 3 giờ.

4. Khuấy đều và rót vào ly cùng với một số múi cam quýt đã được bù nước để trang trí.

# MÓN TRÁNG MIỆNG

## 85. Apple Crisp với Topping yến mạch

Năng suất: 1 chảo thủy tinh (8 × 8 inch)

Thời gian chuẩn bị: 35 phút

Thời gian nấu: 30 phút

## THÀNH PHẦN

3 chén táo đã khử nước

¾ chén đường, chia

2 muỗng canh bột bắp

½ chén bột mì

½ chén yến mạch

nhúm muối

⅛ muỗng cà phê quế xay, cộng với nhiều hơn nữa, để nếm thử

½ thanh bơ lạnh

## HƯỚNG

1. Làm nóng lò ở nhiệt độ 375°F. Chuẩn bị chảo thủy tinh 8 × 8 inch có bình xịt nấu ăn.

2. Đặt các lát táo vào một cái bát và thêm nước nóng vừa đủ để đậy nắp. Để nó ngồi trong 30 phút. Xả và dự trữ chất lỏng.

3. Quăng táo đã bù nước với ½ chén đường và quế để nếm thử.

4. Trong một cốc đo lường, trộn bột ngô và 2 thìa canh nước lạnh cho đến khi hòa quyện hoàn toàn và không còn vón cục.

5. Cho táo và phần nước đã để dành vào nồi vừa và đun nhỏ lửa trong 5 phút. Thêm hỗn hợp bột ngô và đun nóng cho đến khi hỗn hợp đặc lại. Nếu táo trông quá khô, hãy thêm nhiều chất lỏng hơn, mỗi lần 1 thìa canh, cho đến khi đạt được độ đặc như ý muốn.

6. Múc táo vào chảo đã chuẩn bị, ấn xuống để táo ngập trong nước sốt.

7. Để làm topping, cho bột mì, yến mạch, đường còn lại, muối và $\frac{1}{8}$ thìa cà phê quế vào một bát nhỏ. Sử dụng máy xay bánh ngọt hoặc máy xay thực phẩm, cắt bơ lạnh vào các nguyên liệu khô cho đến khi hỗn hợp giống như vụn thô.

8. Đổ topping lên trên phần nhân táo và trải đều cho đến khi phủ hết các góc. Nướng trong 30 phút cho đến khi mặt trên có màu vàng nâu và nhân sủi bọt.

## 86. Bánh Dứa Ít Béo

Năng suất: 1 (8 × 8-inch) bánh

Thời gian chuẩn bị: 25 phút

Thời gian nấu: 25 đến 30 phút

**THÀNH PHẦN**

4 chén dứa khô

2 cốc nước

$2\frac{1}{4}$ chén bột mì đa dụng

1 chén đường cát

2 muỗng cà phê baking soda

nhúm muối

2 muỗng cà phê chiết xuất vani

2 quả trứng

1 gói (3,5 ounce) bánh pudding vani ăn liền không đường

$1\frac{1}{2}$ cốc kem tươi không béo

**HƯỚNG**

1. Làm nóng lò ở nhiệt độ 350°F. Mỡ và bột một đĩa nướng 8 × 8 inch.

2. Nghiền dứa đã khử nước trong túi nhựa có khóa kéo bằng chốt lăn hoặc đập trong máy xay thực phẩm. Dứa nên thái miếng, không tán thành bột. Dự trữ 2 cốc.

3. Cho phần dứa đã nghiền còn lại vào một cái bát nhỏ và đậy kín bằng 2 cốc nước mát trong vòng 15 đến 20 phút. Thêm nước nếu cần. Xả và dự trữ chất lỏng dứa.

4. Trong một bát vừa, trộn đều bột mì, đường, muối nở và muối.

5. Thêm chiết xuất vani và trứng vào bát nhỏ với dứa đã khử nước, trộn đều.

6. Thêm nguyên liệu ướt vào nguyên liệu khô và khuấy đều cho đến khi tạo thành bột nhão.

7. Đổ bột vào đĩa nướng đã chuẩn bị.

8. Nướng bánh từ 25 đến 30 phút đến khi bánh có màu vàng nâu, rút tăm sạch là được. Để nguội trước khi thêm topping.

9. Trộn đều 2 chén dứa đã nghiền, nước ép dứa và bánh pudding không đường cho đến khi hòa quyện. Thêm nước thêm với gia số 1 muỗng cà phê, nếu cần. Nhẹ nhàng trộn kem tươi cho đến khi kết hợp.

10. Phết topping lên mặt bánh. Để tủ lạnh cho đến khi sẵn sàng phục vụ.

## 87. kẹo gừng

Năng suất: 8 ounce kẹo gừng

Thời gian chuẩn bị: 40 phút, cộng với thời gian điều hòa 1 giờ

Thời gian nấu: 4 đến 6 giờ

## THÀNH PHẦN

1 củ gừng lớn (8 ounce)

4 cốc nước

$2\frac{1}{4}$ chén đường, chia

## HƯỚNG

1. Rửa sạch và gọt vỏ củ gừng. Sử dụng mandoline, cắt gốc thành các lát $\frac{1}{8}$ inch.

2. Cho 4 cốc nước và 2 cốc đường vào nồi, khuấy đều cho đường tan hết.

3. Cho các miếng gừng vào nồi, đun sôi.

4. Giảm lửa nhỏ và nấu trong 30 phút, không đậy vung một phần xoong để hơi nước có thể thoát ra.

5. Lọc hỗn hợp gừng và để dành xi-rô trong lọ đóng hộp.

6. Đặt các miếng gừng lên giá hoặc khay khử nước trong một giờ để điều hòa, cho đến khi chúng dính nhưng không ướt.

7. Cho các miếng vào $\frac{1}{4}$ cốc đường còn lại cho đến khi chúng được tráng nhẹ. Bạn có thể bỏ qua phần này và cắt giảm lượng đường; chúng vẫn sẽ có vị ngọt từ xi-rô đơn giản.

8. Đặt các lát gừng lên khay khử nước và sấy khô ở nhiệt độ 135°F trong 4 đến 6 giờ hoặc cho đến khi các lát gừng dẻo nhưng không dính bên trong.

## 88. bánh quy bột yến mạch

Năng suất: 2 tá cookie

Thời gian chuẩn bị: 10 phút, cộng với thời gian thư giãn 1 giờ

Thời gian nấu: 12 đến 14 phút

## THÀNH PHẦN

$1\frac{1}{2}$ chén bột mì đa dụng

1 muỗng cà phê bột nở

$\frac{1}{2}$ muỗng cà phê muối

3 chén yến mạch cán kiểu cũ (để có bánh quy mềm hơn, hãy xay một nửa số yến mạch trong máy xay cho đến khi xay mịn)

1 chén bơ, làm mềm ở nhiệt độ phòng

1 chén đường nâu đóng gói

$\frac{1}{2}$ chén đường cát

2 quả trứng

1 muỗng cà phê chiết xuất vani

1 chén quả sung đã được bù nước, cắt thành từng miếng

## HƯỚNG

1. Làm nóng lò ở nhiệt độ 350°F. Lót các tấm nướng bằng giấy da.

2. Trong một tô lớn, trộn đều bột mì, bột nở và muối. Cho yến mạch vào khuấy đều.

3. Trong một tô lớn khác, dùng máy đánh trứng đánh kem bơ và đường. Thêm trứng và vani, sau đó đánh kem một lần nữa.

4. Thêm hỗn hợp bột vào chất lỏng, sau đó khuấy cho đến khi kết hợp. Cho các miếng vả đã được bù nước vào khuấy đều.

5. Làm lạnh bột trong 1 giờ hoặc qua đêm.

6. Đặt các muỗng cỡ muỗng canh lên khay nướng, đặt các bánh cách nhau 2 inch. Nướng trong 12 đến 14 phút, cho đến khi bánh có màu nâu nhạt.

# CUỘN

# 89. nước sốt trang trại tỏi

## THÀNH PHẦN:

1 muỗng cà phê bột tỏi

2 muỗng canh sốt mayonaise

2 muỗng cà phê mù tạt Dijon

2 thìa nước cốt chanh tươi

Muối và hạt tiêu đen mới xay để nếm

## HƯỚNG

Trộn tất cả các thành phần trong một bát salad.

Quăng với một món salad và phục vụ.

## 90. Sốt hành tím và ngò rí

## THÀNH PHẦN:

1 muỗng cà phê hành tím thái nhỏ

½ muỗng cà phê gừng kết tinh thái nhỏ

1 muỗng canh hạnh nhân chần và cắt nhỏ

2 muỗng cà phê hạt vừng

¼ muỗng cà phê hạt hồi

1 muỗng cà phê rau mùi tươi băm nhỏ

⅛ muỗng cà phê cayenne

1 muỗng canh giấm rượu trắng

1 muỗng canh dầu ô liu siêu nguyên chất

## HƯỚNG

Trong một bát nhỏ, kết hợp hành tây, gừng, hạnh nhân, hạt vừng, hạt hồi, rau mùi, ớt cayenne và giấm.

Khuấy dầu ô liu cho đến khi kết hợp tốt.

## 91. Sốt kem Dilly ranch

## THÀNH PHẦN:

2 muỗng canh sốt mayonaise

1 muỗng canh thì là tươi thái nhỏ

1 muỗng canh giấm rượu trắng

1 muỗng cà phê mù tạt Dijon

## HƯỚNG

Khuấy tất cả các thành phần trong một bát salad.

Quăng với salad và phục vụ.

## 92. Sốt cha cha nóng

## THÀNH PHẦN:

1 muỗng canh dầu ô liu siêu nguyên chất

1 muỗng canh sốt mayonaise

2 muỗng canh salsa nhẹ hoặc nóng

$\frac{1}{4}$ muỗng cà phê tiêu đen mới xay

$\frac{1}{8}$ muỗng cà phê thì là xay

1 muỗng cà phê bột tỏi

$\frac{1}{4}$ muỗng cà phê oregano

Cayenne để hương vị (tùy chọn)

Muối và hạt tiêu đen mới xay để nếm

## HƯỚNG

Trộn tất cả các thành phần kỹ lưỡng trong một bát nhỏ.

Hương vị và điều chỉnh gia vị.

## 93. Giấm kiểu Cajun

## THÀNH PHẦN:

2 muỗng canh giấm rượu vang đỏ

$\frac{1}{2}$ muỗng cà phê ớt bột ngọt

$\frac{1}{2}$ muỗng cà phê mù tạt Dijon dạng hạt

$\frac{1}{8}$ muỗng cà phê ớt cayenne hoặc nếm thử

$\frac{1}{8}$ muỗng cà phê (hoặc ít hơn) đường thay thế, tùy chọn hoặc theo khẩu vị

2 muỗng canh dầu ô liu siêu nguyên chất

muối và hạt tiêu đen mới xay để nếm

## HƯỚNG

Khuấy tất cả các thành phần trong một bát salad. Hương vị và điều chỉnh gia vị.

Lớp rau xà lách lên trên, quăng và phục vụ.

## 94. giấm mù tạt

## THÀNH PHẦN:

2 muỗng canh dầu ô liu siêu nguyên chất

2 muỗng cà phê hạt mù tạt

1 muỗng canh bột tỏi

$\frac{1}{2}$ muỗng cà phê cải ngựa đã chuẩn bị

2 muỗng canh giấm rượu vang đỏ

$\frac{1}{4}$ muỗng cà phê đường

Muối và hạt tiêu đen mới xay để nếm

## HƯỚNG

Trộn tất cả các thành phần trong một bát salad. Hương vị và điều chỉnh gia vị.

Xếp lớp với rau xà lách và trộn ngay trước khi ăn.

## 95. dấm gừng và hạt tiêu

## THÀNH PHẦN:

1 muỗng canh giấm rượu gạo

$\frac{1}{4}$ muỗng cà phê đường

1 tép tỏi, thái nhỏ

$\frac{1}{2}$ muỗng cà phê gừng tươi thái nhỏ

$\frac{1}{4}$ muỗng cà phê ớt khô nghiền nát

$\frac{1}{4}$ muỗng cà phê mù tạt khô

$\frac{1}{4}$ muỗng cà phê dầu mè

2 muỗng canh dầu thực vật

## HƯỚNG

Trộn tất cả các thành phần trong một bát salad. Hương vị và điều chỉnh gia vị.

Xếp lớp với rau xà lách và trộn ngay trước khi ăn.

# 96. dấm cam quýt

## THÀNH PHẦN:

1 muỗng canh nước cốt chanh tươi

1 muỗng canh nước cốt chanh tươi

1 muỗng canh nước cam tươi

1 muỗng cà phê giấm rượu gạo

3 muỗng canh dầu ô liu siêu nguyên chất

½ muỗng cà phê đường

Muối và hạt tiêu đen mới xay để nếm

## HƯỚNG

Trộn tất cả các thành phần trong một bát salad lớn. Lớp lá rau diếp lên băng.

Quăng ngay trước khi phục vụ.

## 97. Hạt tiêu trắng và chà xát đinh hương

## THÀNH PHẦN:

¼ chén hạt tiêu trắng

1 muỗng canh hạt tiêu xay

1 muỗng canh bột quế

1 muỗng canh bột mặn

2 muỗng canh toàn bộ đinh hương

2 muỗng canh hạt nhục đậu khấu

2 muỗng canh ớt bột

2 muỗng canh cỏ xạ hương khô


## HƯỚNG

Kết hợp tất cả các thành phần trong máy xay sinh tố hoặc bộ xử lý thực phẩm.

Bảo quản trong lọ có nắp đậy kín.

## 98. Chà xát khô ớt

## THÀNH PHẦN:

3 muỗng canh bột tỏi

3 muỗng canh ớt bột

1 thìa ớt bột

2 thìa cà phê muối

1 muỗng cà phê tiêu đen mới xay, hoặc nếm thử

$\frac{1}{4}$ muỗng cà phê cayenne

## HƯỚNG

Nghiền hỗn hợp gia vị trong máy xay thực phẩm hoặc máy xay sinh tố, hoặc dùng cối và chày.

Bảo quản trong lọ có nắp đậy kín.

## 99. Hỗn hợp gia vị Bourbon

## THÀNH PHẦN:

2 muỗng canh ớt bột

1 muỗng canh cayenne

1 muỗng canh mù tạt khô

2 thìa cà phê muối

2 muỗng cà phê tiêu đen mới xay

2 muỗng cà phê bột tỏi

2 muỗng cà phê cây xô thơm

1 muỗng cà phê tiêu trắng

1 muỗng cà phê bột hành

1 muỗng cà phê thì là

1 muỗng cà phê cỏ xạ hương khô

1 muỗng cà phê oregano khô

## HƯỚNG

Trộn tất cả các thành phần trong một bát nhỏ.

Bảo quản trong lọ có nắp đậy kín.

## 100. Giấm thảo mộc dễ dàng

Năng suất: 1 phần ăn

**NGUYÊN LIỆU**

4 nhánh hương thảo tươi

**HƯỚNG:**

Để làm giấm thảo mộc, hãy cho các loại thảo mộc đã rửa sạch và sấy khô cùng bất kỳ loại gia vị nào vào chai rượu 750 ml đã khử trùng và thêm khoảng 3 cốc giấm, đổ đầy khoảng $\frac{1}{4}$ inch trên miệng chai. Dừng lại với một nút chai mới và để yên trong 2 đến 3 tuần. Giấm có thời hạn sử dụng ít nhất 1 năm.

Với giấm rượu vang đỏ, dùng: 4 nhánh ngò tây tươi, 2 thìa hạt tiêu đen

# PHẦN KẾT LUẬN

Chúng ta có lẽ phải cảm ơn cộng đồng du lịch ba lô vì sự hồi sinh hiện đại của thực phẩm mất nước. Nhu cầu của họ đối với các bữa ăn đơn giản, gọn nhẹ và bổ dưỡng đã tạo ra nhu cầu về trái cây, rau, món ăn phụ và bữa ăn đầy đủ đóng gói sẵn, cùng với mối quan tâm mới đối với máy khử nước và các phương tiện làm khô thực phẩm khác. Những loại thực phẩm tiện lợi mới này có thể được tìm thấy ở bất kỳ cửa hàng tạp hóa và cửa hàng ngoài trời nào và được biết đến với khả năng chuẩn bị dễ dàng và thời gian nấu nướng nhanh chóng. Hương vị đã được cải thiện rất nhiều đến mức bạn sẽ coi đó là một bữa tối ngon. Những người chuẩn bị trước hiện đại đã thực hiện thử thách này thêm một bước nữa bằng cách học cách sản xuất, lưu trữ và xoay vòng thực phẩm đủ dùng cho một năm trong tủ đựng thức ăn đã chuẩn bị sẵn của riêng họ.

Cuốn sách hướng dẫn này dạy cho bạn những kiến thức cơ bản về khử nước cho trái cây, rau củ và protein; cung cấp thông tin chi tiết về sấy khô 50 loại trái cây và rau quả; và chia sẻ một số công thức nấu ăn được gia đình yêu thích và đã được thử nghiệm qua thời gian để sử dụng hàng ngày. Tất cả mọi thứ bạn cần tìm hiểu để dự trữ tủ đựng thức ăn ổn định, tốt cho sức khỏe của riêng bạn đều được bao gồm.

www.ingramcontent.com/pod-product-compliance
Lightning Source LLC
Chambersburg PA
CBHW070656120526
44590CB00013BA/987